கலைவெளிப் பயணி
சிற்பி தனபால்

கலைவெளிப் பயணி

சிற்பி தனபால்

எஸ். தனபால் (1919–2000)

சென்னை மயிலாப்பூரில் பிறந்தார். சென்னை அரசு கவின்கலை – கைவினைக் கல்லூரியில் வரைகலை மாணவராகச் சேர்ந்தார். பின்னர் அதே கல்லூரியில் ஆசிரியராகப் பணியாற்றத் தொடங்கிய இவர் பணிக் காலத்தில் முன்மாதிரியான பல்வேறு கலைச் செயல்பாடுகளின் மூலம் மாணவர்களின் ஆர்வத்தை வளர்த்தெடுத்தார். பின்னாளில் சிற்பத் துறைக்குப் பொறுப்பேற்றார். இந்தக் காலகட்டங்களில் இவர் செய்த படைப்புகள் கலைச் சூழலில் பரவலான கவனம் பெற்றதுடன் தில்லியிலுள்ள தேசியக் கலைக் காட்சியகத்திலும் பார்வைக்கு வைக்கத் தேர்வாயின. அதைத் தொடர்ந்து மேற்கு ஜெர்மனி, இங்கிலாந்து உள்ளிட்ட உலக நாடுகளின் கலைக் கண்காட்சிகளிலும் பங்கேற்றார். சென்னை, கும்பகோணம் ஓவியக் கல்லூரிகளின் முதல்வராகப் பதவி வகித்து ஓய்வு பெற்றார்.

தேசியக் கலைக் கண்காட்சி, லலித் கலா அகாதெமி போன்ற அமைப்புகளின் தேர்வுக் குழு, நடுவர் குழு ஆகியவற்றில் உறுப்பினராகப் பொறுப்பேற்றுச் செயல்பட்டிருக்கிறார்.

கலைக் கண்காட்சியில் பங்கேற்றதற்கான தேசிய விருது, தமிழ்நாடு லலித் கலா அகாதெமியின் ஃபெல்லோஷிப் விருது, மத்தியக் கல்வி அமைச்சகப் பண்பாட்டுத் துறையின் ஃபெல்லோஷிப் விருது எனக் கௌரவிக்கப்பட்டிருக்கிறார்.

சோழமண்டலம் கலைக் கிராமம், மெட்ராஸ் ஆர்ட் மூவ்மெண்ட், தென்னிந்திய ஓவியர் சங்கம் எனத் தீவிரத்துடன் இயங்கியிருக்கிறார். 1961–68 காலகட்டத்தில் தென்னிந்திய ஓவியர் சங்கத்தின் துணைத் தலைவராகவும், 1968இல் அதன் தலைவராகவும் செயல்பட்டிருக்கிறார்.

ஓவிய ஆசிரியர், நாடகக்காரர், கல்வியாளர், இயற்கை ஆர்வலர் எனப் பல தளங்களில் இயங்கினாலும் தனது கலை வெளிப்பாட்டு ஊடகமாக தனபால் தேர்ந்தெடுத்துக்கொண்டது சிற்பத் துறையைத்தான். இவரது படைப்புகள் தேசிய அளவிலும் உலக அளவிலும் மதிப்புமிக்க இடங்களை அலங்கரிக்கின்றன.

கிருஷ்ண பிரபு (பி. 1981)
தொகுப்பாசிரியர்

கணிதத்தில் இளம் அறிவியல் பட்டம் பெற்றவர். மென்பொருள், இணையத் துறைகளில் பணியாற்றியிருக்கிறார். தமிழில் ஆய்வியல் நிறைஞர் பட்டம் பெற்றவர்.

இப்போது சென்னையிலுள்ள 'மைண்ட் ஃபிரஷ்' பயிற்சி நிறுவனத்தில் ஆலோசகராகப் பணியாற்றுகிறார். ஓவியரும் சிற்பியுமான எஸ். தனபாலின் தன்வரலாறான 'ஒரு சிற்பியின் சுயசரிதை' என்ற ஆனந்த விகடன் தொடரை நூலாகப் பதிப்பித்தவர்.

மின்னஞ்சல்: talk2kipi@gmail.com

கலைவெளிப் பயணி
சிற்பி தனபால்

தொகுப்பாசிரியர்
கிருஷ்ண பிரபு

காலச்சுவடு பதிப்பகம்

● அன்பார்ந்த வாசகருக்கு,

வணக்கம்.

காலச்சுவடு நூலை வாங்கியமைக்கு நன்றி.

நூலின் உள்ளடக்கம், உருவாக்கம், அட்டைப்படம் இன்ன பிற அம்சங்கள் பற்றிய உங்கள் கருத்துகளையும் ஆலோசனைகளையும் காலச்சுவடு வரவேற்கிறது. தகவல், எழுத்து, வாக்கியப் பிழைகள் தென்பட்டால் கட்டாயம் தெரிவித்து உதவுங்கள். நூல் தயாரிப்பில் கடும் குறைபாடு இருப்பின் மாற்றுப் பிரதி உங்களுக்குக் கிடைக்கக் காலச்சுவடு ஏற்பாடு செய்யும்.

மின்னஞ்சல்: **publisher@kalachuvadu.com**

காலச்சுவடு நாகர்கோவில் தலைமையகத்துக்கும் கடிதம் அனுப்பலாம்.

தங்கள்

எஸ்.ஆர். சுந்தரம் (கண்ணன்)

பதிப்பாளர் – நிர்வாக இயக்குநர்

கலைவெளிப் பயணி: சிற்பி தனபால் ✤ கட்டுரைகள் ✤ தொகுப்பாசிரியர்: கிருஷ்ண பிரபு ✤ தொகுப்புரிமை கிருஷ்ண பிரபு ✤ முதல் பதிப்பு: ஜூலை 2022, இரண்டாம் (குறும்) பதிப்பு: ஆகஸ்ட் 2022 ✤ வெளியீடு: காலச்சுவடு, 669, கே.பி. சாலை, நாகர்கோவில் 629001

kalaiveLi payaNi: **ciRpi tanapaaL** ✤ Essays ✤ Edited by: Krishna Prabhu ✤ Language: Tamil ✤ First Edition: July 2022, Second (Short) Edition: August 2022 ✤ Size: Demy 1 x 8 ✤ Paper: 18.6 kg maplitho ✤ Pages:128

Published by Kalachuvadu, 669, K.P. Road, Nagercoil 629001, India ✤ Phone: 91-4652-278525 ✤ e-mail: publications@kalachuvadu.com ✤ Printed at Clicto Print, Jaleel Towers, 42 KB Dasan Road, Teynampet Chennai 600018

ISBN: 978-93-5523-049-2

பெருந்தேவிக்கும்
சலபதிக்கும்

பொருளடக்கம்

முன்னுரை 11

1. அ. நாகராஜன் – எழுத்தாளர், ஓவியர் 23
2. எஸ். கன்னியப்பன் – சிற்பி 28
3. மணியம் செல்வன் – ஓவியர் 35
4. எம். ஜெயக்குமார் – ஓவியர், கலை இயக்குநர் 41
5. சந்ரு – ஓவியர், சிற்பி, எழுத்தாளர் 47
6. மோனிகா – எழுத்தாளர், ஓவியர் 52
7. வா.சி.த. அருளரசன் – ஓவியர் 59
8. வெ. நீலகண்டன் – பத்திரிகையாளர் 67
9. விக்ஷ்வம் – எழுத்தாளர் 77
10. முரளிதரன் கிருஷ்ணமூர்த்தி – ஓவியர் 82
11. நரேந்திர பாபு – ஓவியர் 90
12. விஜயவேலு – சிற்பி 96
13. அபராஜிதன் ஆதிமூலம் – ஓவியர் 102

எஸ். தனபால் வாழ்க்கைக் குறிப்பு 107

புகைப்படங்கள் 111

கட்டுரையாசிரியர்கள் குறிப்பு 124

முன்னுரை

சிற்பமும் ஓவியமும் படைப்புக் கலைகளில் மூத்தவை. ஆகவேதான் மனித நாகரிகத்தைப் பற்றிய ஆய்வில் புராதனச் சிற்பங்களும் ஓவியங்களும் பிரதானப் பங்கை வகிக்கின்றன. அந்த வகையில் படைப்புக் கலையும் மனித நாகரிகமும் இணைத் தண்டவாளங்களாகவே பயணிக்கின்றன.

தற்கால மனித இனத்தின் உடற்கூறுகள் கொண்ட ஆதி மனித இனம் தோன்றி இரண்டு லட்சம் ஆண்டுகளாவது இருக்குமென்கிற அறிவியல் ஆதாரத்தைத் தொல்லியல் ஆய்வாளர்கள் தொடர்ந்து முன்வைக்கிறார்கள். மேலும் நவீன கால மனிதர்களின் வாழ்வுக்கு ஏற்பவே குகை மனிதர்களின் வாழ்வும் இருந்திருப்பதாகவும் வகைப்படுத்துகிறார்கள். அத்துடன் இன்ப –துன்பங்களை எதிர்கொள்ளச் சடங்குகளை முன்னெடுத்ததையும், அது சார்ந்த ஓவியக் குறியீடுகளைத் தொல்குடிகள் வசித்த குகைகளில் கண்டெடுத்ததையும் உறுதிப்படுத்துகிறார்கள்.

பல்லாயிரம் ஆண்டுகளுக்கும் முற்பட்ட இவ்வாறான குகை ஓவியங்களே பண்பாடு, கலை வெளிப்பாட்டு முயற்சிகளின் ஆரம்பமாகவும் விளங்குகின்றன. உலகெங்கிலும் குகை ஓவியங்கள், சுவர் ஓவியங்கள் பற்றிய ஆய்வுகள் தொடர்ந்த வண்ணமே உள்ளன. இந்தியாவில் அஜந்தா, எல்லோரா, சித்தன்னவாசல், பீம்பேட்கா போன்ற

இடங்களைக் குறிப்பிட்டுச் சொல்லலாம். தமிழகத்தில் தென்னாற்காடு மாவட்டம் பல அரிய புதையல்களைத் தன்னகத்தே கொண்டுள்ளது.

ஆசியக் கண்டத்துக்கும் அதில் இடம்பெற்றிருக்கும் இந்தியா உள்ளிட்ட தேசங்களுக்கும் கலைச் சிந்தனை மரபின் முன்வரிசையில் என்றும் பிரதான இடமுண்டு. போலவே இந்திய மொழிகளும் கலைகளும் செவ்வியல் தன்மை உடையனவென்றும் உறுதிப்படுத்தப்பட்டுள்ளது. உலக அளவிலும்கூட இந்தியக் கலைச் சிந்தனை மரபு வளமான பண்பாட்டைக் கொண்டதுதான். இயல், இசை, நாடகம், சிலை, சிற்பம், ஓவியம் என எல்லாக் கலைத் துறைகளுக்கும் இது பொருந்தும். இவற்றுள் மனித இனத்தின் தொன்மையையும் நாகரிக வளர்ச்சியையும் எடுத்துக்காட்டும் நிலையான சான்று களாகப் படிமக் கலையான சிற்பக் கலை விளங்குகின்றது. உலகில் தோன்றிய அனைத்து இனங்களும் தத்தமது தன்மையில் சிற்பக் கலையை வளர்த்தெடுத்திருக்கின்றன. அந்த வகையில் தமிழர்களுக்கும் சிறப்பான, செழுமையான வரலாறு உண்டு. தமிழர்களின் சிற்பக்கலை குறித்த கா. சிவத்தம்பியின் கருத்து இங்கு கவனத்திற்கு உரியது:

> "சிற்பங்கள் தம்முள்தான் முக்கியம் பெறுகின்றவை என்பது உண்மை. எனினும் இவை முக்கியமாக நவீனத்துவத்திற்கும் முற்பட்ட காலத்தில் கட்டடக் கலையில் இடம் பெறுவனவாக, கட்டட அமைப்பிற்குள் இடம்பெறும் முறையில் முக்கியம் பெறுவனவாக அமையும்."[1]

மன்னர் ஆட்சிக் காலத்தில் கோயில், கட்டடக் கலைகள் செழிப்பான நிலையில் இருந்துள்ளதை வரலாற்றுச் சான்றுகளும் சின்னங்களும் எடுத்துச் சொல்லுகின்றன. சைவ, வைணவ, பௌத்த, சமண, முகலாயப் பாரம்பரிய வரிசையில் வந்த மன்னர்கள் இதற்குப் பெரிதும் உதவியிருக்கிறார்கள். போலவே மதத்தின் பிடியிலும் அதிகாரத்தின் பிடியிலும்தான் இக்கலைகள் இருந்துள்ளன. அரண்மனை, மாளிகை, கோட்டைகள், கோயில்கள் ஆகியவற்றை அழகிய கலை வேலைப்பாடுகளுடன் எழுப்பியிருக்கிறார்கள். சிலைகளும் சிற்பங்களும் வழிபாட்டுக்காக உருவாக்கப்படும்போது, அந்தக் கலை வேலைப்பாடுகள் யோகமாகவே கருதப்பட்டு வந்துள்ளதை ஆனந்த குமாரசுவாமி பின்வருமாறு தன் கட்டுரையில் குறிப்பிட்டுள்ளார்:

> "கலை என்பது ஒரு யோகம் என்னும் கருத்து இந்தியச் சிந்தனை வளர்ச்சியிலே ஒரு முக்கியமான இடத்தை வகுத்தது. அதைப் பற்றி விரித்துப் பெரியதொரு நூல் எழுதலாம்."[2]

சாஸ்திர இலக்கண நூல்கள்தான் நுண்கலைகளுக்கு இலக்கணம் வகுத்திருக்கின்றன. அதன் ஒழுங்கில் யோக மரபுகள் விதிமுறைகளுக்குக் கட்டுப்படுத்தப்பட்டதுடன், நால் வர்ணங்களுடனும் பின்னிப் பிணைக்கப்பட்டன. அத்தகைய நிலையில் கலைஞர்களுக்கான ஒழுக்க விதிகள் வரையறுக்கப் பட்டன. இந்தப் பிரச்சினையை ஆனந்த குமாரசுவாமி அதே கட்டுரையில் பின்வருமாறு குறிப்பிடுகிறார்:

> 'சிற்பி அதர்வ வேதத்தை அறிந்தவனாயிருக்க வேண்டும்; பூணூல் அணிந்தவனாயிருக்க வேண்டும்; கழுத்திலே உருத்திராக்கமும் விரலிலே தருப்பையும் அணிந்தவனாயிருக்க வேண்டும்; தெய்வ வழிபாட்டில் ஈடுபாடு உடையவனாய்த் தரும பத்தினிக்கு உண்மை யுள்ளவனாய்ப் பிறர்மனை நயவாதவனாய்ப் பல கலைகளையும் பயபக்தியோடு பயில்பவனாயிருக்க வேண்டும்; அவனே சிறந்த சிற்பி' என்று சிற்ப சாத்திர நூலொன்று கூறுகின்றது. ஓவியன், நற்குணமும் முயற்சியுமுடையவனாய்ச் சினத்தைத் தவிர்த்தவனாய்ப் பக்தியும் அன்புமுடையவனாய் இருக்க வேண்டும். இவையே அவனுடைய இலக்கணம். மேலும் 'தனியாகவோ மற்றோர் ஓவியன் முன்னிலையிலோ அவன் படம் வரையலாம். பாமரன் முன்னிலையில் அவன் தன் தொழிலில் ஈடுபடக் கூடாது' எனவும் சுட்டிக்காட்டப்படு கின்றது.[3]

மேற்கண்டபடி, சிற்பக் கலைஞன் தொழில் சார்ந்து சமூக விலக்கத்துடன் இருப்பது மட்டுமல்லாது, சுய ஒழுக்கத்தைப் பேண வேண்டிய அவசியமும் வலியுறுத்தப்பட்டது. மேலும் சிற்பக் கலையானது கைத்தொழிலாகப் பாவிக்கப்படுவதுடன் குலத் தொழிலாகவும் சாதியக் கட்டமைப்புடன் இணைந்திருந்தது.

குலத் தொழிலாக மேற்கொள்ளும் ஒரு கலை வெளிப் பாட்டில் படைப்பாளியின் சுயமானது இரண்டாம் பட்சம் ஆகிவிடுகிறது. கோயில் சிலைகள் தொடங்கி நகாசு வேலைப்பாடுகள்வரை, போர்க் கருவிகள் தொடங்கிச் செப்பு நாணயங்கள்வரை, மண்குடம் தொடங்கி ஐயனார் சிலைவரை இதற்கான உதாரணங்களைச் சொல்லலாம். ஒழுக்க விதிகளும்

சாதி விதிகளும் முன்நிறுத்தப்பட்ட வாழ்க்கை நெறிகளால் கற்பனை வளம் பின்னுக்குத் தள்ளப்பட்டுக் குலவழிச் செய்நேர்த்திதான் இதில் மேலே நிற்கிறது.

தெய்வ வழிபாட்டுச் சிலைகள், சிற்பங்கள் தவிர்த்து இன்றியமையாப் பொருள்களையும் அலங்காரப் பொருட்களை யும்கூடப் பாறை, கருங்கல், களிமண், மரம், உலோகம், தந்தம் ஆகியவை கொண்டு உருவாக்கும் பாரம்பரியம் ஒன்று சமூகத் தேவையின் பொருட்டுத் துளிர்க்கிறது. அதன்படி தச்சர், கொல்லர், குயவர் போன்றோர் சமூக வாழ்வோடு நெருங்கிய தொடர்புடையவர்களாக உருவெடுக்கிறார்கள். அடுத்தடுத்த தலைமுறையினரின் குலத் தொழிலாகவே மாறி இவையெல்லாம் வளர்ச்சி காண்கின்றன.

ஐரோப்பியரின் வருகையால் மிஷனரிகள் காலூன்றியதோடு அவர்களின் தொடர் முயற்சியால் கல்வி சார்ந்து பரவலான மாற்றங்கள் உருவானாலும், தொழிற் கலைகள் சார்ந்த உடைவுகள் தாமதமாகவே நிகழ்ந்தன. தொழிற் கலைகள் குலவழிக் குடும்பக் கூட்டிலிருந்து வெளியில் வர அதிக காலம் தேவைப்பட்டது. நுண்கலைகள் யாவும் ஏதோ ஒரு குலத்தின் இறுக்கப் பிடியில் இருந்ததே இதற்குக் காரணம்.

சென்னை மாகாணத்தில் ஆங்கிலேயரான அலெக்சாண்டர் ஹண்ட்டரின் முயற்சியில் 1850களில் தோன்றிய மதராஸ் கைவினைக் கலை – வேலைப்பாடுகள் தொழிற்பள்ளிதான் இந்தியாவின் முதல் கலைப்பள்ளி. சென்னைப் பல்கலைக்கழகத்தினும் இப்பள்ளி பழைமையானது. கிழக்கிந்திய கம்பெனியரின் தேவைக்கான நிர்வாகக் கட்டடங்களையும் கலைப் பொருட்களையும், அன்றாடப் பயன்பாட்டுப் பொருட்களையும் உருவாக்கும் பட்டறையாகத்தான் ஆரம்பத்தில் இப்பள்ளி செயல்பட்டது.

1852ஆம் ஆண்டு முதல் அரசு பொதுத்துறை நிர்வாகத்தின் கீழ் இந்தக் கலைப் பள்ளி செயல்படத் தொடங்கியது. அதன் பின் 1927இல் தொழில் வணிகத் துறை இயக்குநரின் கட்டுப்பாட்டில் வந்தபோது ராவ் பகதூர் என்.ஆர். பாலகிருஷ்ண முதலியார் முதல் இந்தியக் கண்காணிப்பாளராகவும், அபநின்தரநாத் தாகூரின் மாணவரான டி. பி. ராய்சௌத்ரி பொறுப்பாளராகவும் நியமிக்கப்படுகிறார்கள். எதிர்கால இந்தியக் கலை வளர்ச்சியைக் கருத்தில் கொண்டு முதல் இந்திய முதல்வராக 1929ஆம் ஆண்டில் ராய் சௌத்ரியைப் பொறுப்பேற்கச் செய்கிறார்கள். இந்நிகழ்வே தென்னிந்தியக் கலை வரலாற்றில் திருப்புமுனையாக வும் நவீனக் கலைப் பாணியின் தொடக்கமாகவும் அமைகின்றது.

பல்வேறு சாதியச் சமூகங்களிலிருந்தும் நுண்கலைகள் பயில மாணவர்கள் முன்வருகிறார்கள்.

1935ஆம் ஆண்டில் தனபால் ஓவியப் பள்ளியில் மாணவராக நுழைந்தார். அதன்பின் அதே பள்ளியின் ஆசிரியர் குழுவில் இணைந்து பணியாற்றத் தொடங்கினார். ஓவியராகத் தன் பயணத்தைத் தொடங்கினாலும், பின்னாளில் ஆசிரியப் பணியில் விரும்பி ஏற்றது சிற்பத் துறையைத்தான் (1961இல் இப்பள்ளி சென்னை கலை மற்றும் கைவினைக் கல்லூரியாக மேம்படுத்தப் பட்டது). 1964ஆம் ஆண்டில் கே.சி.எஸ். பணிக்கருடன் இணைந்து சென்னையில் சோழமண்டலம் கலைஞர்கள் கிராமத்தை உருவாக்கியதில் தனபால் ஆற்றிய பங்கு குறிப்பிடத்தக்கது. 1967இல் துணை முதல்வராகவும் ஐந்து ஆண்டுகளுக்குப் பின் முதல்வராகவும் பொறுப்பேற்றுத் திறம்படச் செயலாற்றினார். மெட்ராஸ் ஆர்ட் சொசைட்டி, தென்னிந்திய ஓவியர் சங்கம் ஆகியவற்றின் வளர்ச்சியிலும் இவர் முக்கியப் பங்காற்றினார். 1973இல் தொழில்நுட்பக் கல்வித்துறையின் கீழ் இக்கல்லூரி கொண்டுவரப்படுகிறது. 1977ஆம் ஆண்டில் கவின்கலைக் கல்லூரி முதல்வர் பொறுப்பிலிருந்து தனபால் ஓய்வுபெற்றார். அதன் பின்னர், மத்திய அரசின் வேண்டுகோளை ஏற்று கலாக்ஷேத்ராவில் தன்னை இணைத்துக்கொண்டார். தமிழ்நாடு அரசு கலை–பண்பாட்டுத் துறையினை 1991ஆம் ஆண்டு தோற்றுவித்தபோது, கவின்கலைக் கல்லூரியானது இந்தத் துறையின் கட்டுப்பாட்டில் கொண்டுவரப்பட்டது. குகையோவிய மரபுகள் தொடங்கிக் கவின்கலைக் கல்லூரியின் இப்போதைய நிலைவரையிலும் வரலாற்றுத் தரவுகளை மனத்தில் இருத்தியே ஓவிய இயக்கத்தை நாம் அணுக வேண்டும்.

கலை, இலக்கியம் உள்ளிட்ட எல்லாத் துறைகளின் பொற்காலமாக இருபதாம் நூற்றாண்டின் ஆரம்ப முப்பதாண்டுகள் இருந்தன. இந்தியச் சிந்தனையின் மறுமலர்ச்சிக் காலமாகவும் அவை உருத்திரண்டுவந்தன. சென்னை ஓவியக் கல்லூரியில் ராய் சௌத்ரி முதல்வராக இருந்தபோது மரம், அலுமினியம், நகை, துணி, உலோகம், மண் ஆகியவற்றால் உருவாக்கப்பட்ட பொருட்கள் கலை ஆர்வலர்கள் மத்தியில் பரவலான கவனத்தை ஈர்த்ததுடன், சுதந்திரத்துக்கு முன்னும் பின்னும் நிகழ்ந்த உலகக் கலைக் கண்காட்சிகளிலும் கவனத்தைப் பெற்றுள்ளன.

1940களில் இரண்டாம் உலகப் போரின் விளைவாகவும், நாட்டு மக்கள் சுதந்திர வேட்கையுடன் போராடிக்கொண்டிருந்த காரணத்தாலும் மறுமலர்ச்சிப் போக்குகள் மட்டுப்பட்டுக் கலை, இலக்கிய நகர்வுகளின் வேகம் ஒடுங்கித் தேக்க நிலையை

அடைந்தன. அந்தச் சூழலில் கலைப் பள்ளியில் ஆசிரியப் பொறுப்பேற்ற தனபால், சிற்பத் துறை முன்னெடுப்புகள் அத்தனை செழிப்போடு இருந்ததாகச் சொல்ல முடியாது எனத் தன்னுடைய ஆனந்த விகடன் தொடரில் சுட்டிக் காட்டுகிறார். மேலும் பள்ளியின் தலைமை நிர்வாகத்தைப் பற்றிக் குறிப்பிடும் போது பின்வருமாறு தனது ஆதங்கத்தையும் பதிவுசெய்கிறார்:

> *ஐ.ஏ.எஸ் அதிகாரிகளுக்கு டெக்னிகல் பார்வை மட்டுமே இருக்கும். கலாரசனை தங்களிடத்தில் இல்லையே என்கிற எரிச்சல் உணர்விலோ அல்லது கலையின் அழகும் வீரியமும் புரியாமலோ அவர்கள் எப்போதும் உணர்ச்சியற்ற ஜடங்களாகவே முடிவுகள் எடுப்பார்கள். பல கலைத் துறைகளையும் இழுத்து மூடிக்கொண்டு வந்த சேடிஸ்ட்டுகள் அவர்கள்.*
>
> *நான் அந்தக் கல்லூரிக்குள் மாணவனாய் நுழைந்த காலகட்டத்தில் நுண்ணிய வேலைப்பாடுகளின் காலம், இப்படியாகத்தான் ஒருவித முடிவுக்கு வந்துகொண்டிருந்தது. அதுவரையில் ஒளிவீசத் தொடங்கியிராத 'ஓவியக்கலை' லேசாய் மேலெழும்பிக் கொண்டிருந்தது.*[4]

பாரம்பரிய நுண் வேலைப்பாட்டுத் துறைகளில் போதிய புரிதல் இல்லாமல் அதன் போக்கில் சிதைவை உண்டாக்கும் முடிவுகளை அரசு நியமித்த அதிகாரிகள் எடுத்தனர் என்ற மனச்சோர்வைக் கசப்புடன் தனபால் பதிவுசெய்கிறார். தனக்கு நேர்ந்த வேறொரு அனுபவத்தையும் இவ்வாறு சுட்டிக் காட்டுகிறார்:

> *அப்போது பழனியப்பன் என்றொரு அதிகாரி தொழில் துறைச் செயலராக இருந்தார். அவர் என்னை அழைத்து "உங்களுக்கு அரசாங்கத்தில் ஒரு கெஸட்டட் போஸ்ட் (அரசு அதிகாரி) வாங்கித் தருகிறேன். காலணிகள் செய்யும் துறைக்கு டிஸைனராகப் போகிறீர்களா?" என்று கேட்டார்.*[5]

ஓவிய ஆசிரியப் பணியிலேயே தன் பயணத்தைத் தொடர்ந்ததுடன், கலை இயக்கம் சார்ந்தே தனபால் கவனத்தைச் செலுத்தியிருக்கிறார் என்பது வேறு விஷயம். சென்னை கைவினை – கலை வேலைப்பாட்டுப் பள்ளியில் ராய் சௌத்ரியிலிருந்து நவீன சிற்ப வேலைப்பாடுகள் தொடங்கினாலும், திராவிடக் கூறுகளைப் பிரதிபலிக்கும் நவீன சிற்ப ஆளுமையாக தனபால்தான் திகழ்கிறார். ஓவிய ஆசிரியராகவும் பணியாற்றியதால் தன் அறுபதாண்டுக் காலக்

கலை வாழ்வில் தன்னைப் போலவே எண்ணற்ற ஓவிய, சிற்ப ஆளுமைகளையும் கண்டெடுத்தார். அவரைப் பின்தொடர்ந்து சிற்பக் கலையை விரும்பி ஏற்றவர்கள் பலர். டி.ஆர்.பி. மூக்கையா, எஸ். கன்னியப்பன், ஜானகிராமன், வித்யாசங்கர் ஸ்தபதி, கே.எம். கோபால், சி. தட்சிணாமூர்த்தி, சந்ரு, பி.எஸ். நந்தன், நந்தகோபால், விஜயவேலு என நவீன சிற்பிகளின் நீண்டதொரு வரிசையைப் பட்டியலிடலாம்.

ஏ.பி. சந்தானராஜின் நினைவாக எழுதிய அஞ்சலிக் குறிப்பில், ஓவியக் கல்லூரியின் சக ஆசிரியரொருவர் எக்காளச் சிரிப்புடன் கூறியதாகச் சிற்பி சந்ரு பின்வருமாறு பதிவு செய்திருப்பதை இங்குச் சுட்டிக்காட்டுவது பொருத்தமாக இருக்கும்:

> "திரு. தனபால் ஒரு தாயைப் போல் கலைத் துறையின் பேரிலும் பயிலும் மாணவர்கள் பேரிலும் அதீத அக்கறை கொண்டவர். அவற்றைப் பேணிக் காக்கும் எல்லா வல்லமையும் அவருக்கு இருந்தது. ஆனாலும் அவரது ஜீவ ஒளியை அறியாத பலரே அவரைச் சூழ்ந்திருந்தார்கள்."[6]

தனபால் என்னும் குடைநிழலில் நின்று தமக்கான ஒளியைப் பெற்று முன்னகர்ந்தோர் பலர். இவர், இன்னார் என்று பார்க்காமல், சிறு பொறி கண்களில் தென்பட்டாலும் வாரி அணைத்தவர் தனபால். கல்லூரியின் முதல்வர் பொறுப்பிலிருந்து ஓய்வுபெற்ற பிறகும்கூடக் கலை வேட்கையுடன் தன்னை நோக்கி வருபவர்களுக்கு நிழல் தரும் விருட்சமாகவே அவர் இருந்தார்.

எஸ். தனபாலின் பிறந்தநாள் நூற்றாண்டைக் கொண்டாடும் விதமாக 2019இல் சில முன்னெடுப்புகள் நிகழ்ந்தன. ரவி தனபாலின் முயற்சியால் சென்னை லலித் கலா அகாதெமியில் தனபாலுடன் அவருடைய மாணவர்களின் படைப்புகளும் ஓவியக் கண்காட்சியில் பார்வைக்கு வைக்கப்பட்டன. அந்த வருடம் முழுவதுமே பல நிகழ்வுகளை முன்னெடுக்கப் பல நண்பர்கள் குழுவாக இணைந்து செயல்பட்டோம். பாலசுப்பிரமணியம் குப்புசாமி, நரேந்திர பாபு, முரளிதரன் கிருஷ்ணமூர்த்தி, சிறுவாணி வாசகர் மையத்தின் தலைவர் சுபாஷிணி திருமலை, காலச்சுவடு கண்ணன் எனப் பலரும் கைகோத்தோம்.

17 ஜனவரி 1993முதல் 31 டிசம்பர் 1993வரை ஆனந்த விகடன் இதழில் தனபால் எழுதிய 'ஒரு சிற்பியின் சுயசரிதை' தொடரைக் 'காலச்சுவடு' பதிப்பகமும், 'சிறுவாணி வாசகர் மைய'மும் இணைந்து நூலாகப் பதிப்பிக்கும் வேலையைக் கையில்

எடுத்தன. இன்றியமையாத கலை ஆளுமை ஒருவரின் எழுத்து, அவருடைய தொடர் வெளிவந்த இருபத்தைந்து ஆண்டுகள் கழித்துத்தான் இன்றியமையாத கலை ஆளுமை ஒருவரின் எழுத்து முதன்முதலாக நூலாக்கம் பெற்றது. தமிழ்ச் சூழலில் நவீன ஓவிய, சிற்பத் துறைகளின் முன் வரிசை ஆளுமைக்கே இதுதான் நிலைமை. 1970, 80களில் தீவிரத்துடன் இயங்கிய சிற்றிதழ்களில் நவீன ஓவியம் பற்றிய கட்டுரைகளும் ஓவிய ஆளுமைகளின் நேர்முகங்களும் அங்கொன்றும் இங்கொன்று மாகப் பரவலாக வெளிவந்திருந்தாலும் இன்னமும் அவையெல்லாம் தொகுக்கப்படாமலேயே இருக்கின்றன.

ஈழத்து ஓவியரான மாற்குவைப் பெருமைப்படுத்தும் விதமாக 1987இல் 'தமிழியல்' பதிப்பகம் வெளியிட்ட சிறப்பு மலரான 'தேடலும் படைப்புலகமும்' என்ற தொகுப்பு, திரைப்படக் கலை இயக்குநரும் ஓவியருமான பி. கிருஷ்ணமூர்த்தியைச் சிறப்புசெய்யும் வகையில் 2012இல் (ஏப்ரல்-ஜூன்) வெளிவந்த நேர்காணல் இதழ் போன்ற சில விதிவிலக்குகள் இருக்கவே செய்கின்றன. தமிழ் - ஆங்கிலம் என இரு மொழிகளிலும் வெளிவந்த நுண்கலை இதழானது துறை சார்ந்த மரபான கூறுகளையும் நவீன கூறுகளையும் அணுகும் பிரத்யேக இதழாக வெளிவந்து இடையில் நின்றுபோனது. கணையாழி, நடை, கசடதபற, பிரக்ஞை, அலை, தீராநதி போன்ற இதழ்களும் ஓவியம் சார்ந்த கட்டுரைகளில் தனிக்கவனம் செலுத்தின. என்றாலும் அவற்றில் வெளிவந்த இலக்கியக் கட்டுரைகள் கவனம் பெற்ற அளவிற்குக் கலை விமர்சனக் கட்டுரைகள் கவனம் பெறவில்லை. நூலாகத் தொகுக்கப்படாமலும் அவை சிதறிக் கிடக்கின்றன.

காலச்சுவடு, காக்கைச் சிறகினிலே, விகடன் தடம் ஆகியவை மார்ச் 2019இல் தனபாலின் பிறந்தநாள் நூற்றாண்டுச் சிறப்பு இதழ்களாக வெளிவந்தன. அவற்றில் வெளியான தேர்ந்தெடுத்த கட்டுரைகளும் நுண்கலை, கணையாழி, பிரக்ஞை ஆகிய இதழ்களில் பல்லாண்டுகளுக்கு முன் வெளிவந்த தனபால் என்ற ஆளுமை, அவரது கலைப் படைப்புகள் சார்ந்த கட்டுரைகளும் இத்தொகுப்பில் இடம்பெற்றிருக்கின்றன. இவற்றைத் தவிரச் சில ஓவியர்களிடம் தனபால் குறித்து எழுதக் கேட்டு அவர்கள் எழுதித் தந்த புதிய கட்டுரைகளும் இத்தொகுப்புக்குக் காத்திரமான பங்கை அளித்திருக்கின்றன.

நவீன நுண்கலை ஆளுமைகள் பற்றிய ஆழமான கட்டுரை களும் அவர்களுடைய படைப்புகள் பற்றிய கூர்மையான விமர்சனங்களும் கலைத் திறனாய்வுகளுக்கான வெளியும் தமிழ்ச்

சூழலில் பெரிதாக உருவாகி வளராதிருப்பது வருந்தத்தக்கது. கலை விமர்சனத்துக்கான வெளியை விரிவுபடுத்த வேண்டிய சூழல் அவசியம் உருவாக வேண்டும். அதற்குக் கலைகளை ஆழ, அகலப் பல்லாண்டுகள் பயின்று பழகிய தன்னார்வலர்கள் முன்வர வேண்டும். அதுவே படைப்புகளின் ஆழத்தையும் அகலத்தையும் சமநிலைக் குரலில் இயல்பாகப் பேசுவதாக அமையும். இல்லையேல் தேக்கநிலை தொடர்ந்த வண்ணமே இருக்கும்.

இந்தத் தொகுப்பிலுள்ள கட்டுரைகளில் விக்ஷ்வம், வெ. நீலகண்டன் தவிர்த்து மற்ற எல்லாரும் ஓவியத்தைப் பயின்றதுடன், நவீன ஓவியம் சார்ந்து பல்லாண்டுகளாகத் தொடர்ந்து இயங்கியும் வருபவர்கள். ஆர்.பி. பாஸ்கரன், ட்ராட்ஸ்கி மருது ஆகியோரின் குரலாக ஒலித்த கட்டுரையைத் தொகுப்பு நூலுக்காக வேண்டி நீலகண்டனைத் தொடர்புகொண்டபோது நொடி நேரத் தயக்கமும் இன்றித் தன் கட்டுரையை அனுப்பித் தந்தார். *பிரக்ஞை* இதழில் தனபால் பற்றிப் புனைபெயரில் எழுதிய விக்ஷ்வம் யாரென்றே யூகிக்க முடியவில்லை. *காலச்சுவடு*க்காக முரளிதரன், நரேந்திர பாபு, விஜயவேலு, அபராஜிதன் ஆகியோர் மிகுந்த உற்சாகத்துடன் குறித்த நேரத்தில் கட்டுரையைக் கொடுத்தார்கள். *நுண்கலை* இதழில் வெளி வந்திருந்த கட்டுரைக்காகக் கன்னியப்பனின் குடும்பத்தாரிடம் தொடர்புகொண்டபோது அளவில்லா மகிழ்ச்சியுடன் சம்மதம் தெரிவித்தார்கள். *கணையாழி*க்காக எழுதிய கட்டுரையை சந்ருவும் அனுப்பித் தந்து உதவினார். அரவக்கோன் நாகராஜன், மணியம் செல்வன், எம். ஜெயக்குமார், மோனிகா, வா.சி.த. அருளரசன் ஆகியோரிடம் கட்டுரைக்காக வேண்டி உரையாடிய தருணங்கள் மனத்திற்கு நெருக்கமானவை. கலை இயக்குநர் பி. கிருஷ்ணமூர்த்தியிடமும் எழுத்தாளர் விட்டல் ராவிடமும் கட்டுரையைக் கேட்டுத் தொலைபேசியில் தொடர்புகொண்டேன். அவர்களுடைய உடல்நிலை காரணமாகச் சந்திக்க முடியாமல் போனது. ஓவியர் சாம் அடைக்கலத்திடமும் தொடர்புகொள்ள முயன்று கடைசிவரையில் முடியாமல்போனது. இவர்களுடைய கட்டுரைகள் கிடைத்திருந்தால் தனபாலின் வேறு பரிமாணங்களும் நமக்குக் கிடைத்திருக்கக்கூடும்.

இந்தத் தொகுப்பில் இடம்பெற்றிருக்கும் நான்கு கட்டுரைகள் *காலச்சுவடு* தனபால் சிறப்பிதழுக்காகத் தற்கால ஓவியர்களிடம் கேட்டுப் பெற்றவை. இதன் பின்னணியில் *காலச்சுவடு* ஆசிரியர் குழு நண்பர்கள், குறிப்பாகக் கவிஞர் சுகுமாரனும் செந்தூரன் ஈஸ்வரநாதனும் அளித்த உற்சாகம் அளப்பரியது: இவர்கள்

கொடுத்த ஊக்கம்தான் கட்டுரைக்காக ஓவியர்களை நோக்கிப் பயணிக்கவைத்தது. தேடலில் ஏற்கெனவே இதழ்களில் வெளிவந்த தனபால் பற்றிய வேறு சில கட்டுரைகளும் கிடைத்தன. *பிரக்ஞை* இதழில் வெளிவந்த கட்டுரையை மொழிபெயர்ப்பாளர் பேரா. ஆர். சிவகுமார் கவனத்திற்குக் கொண்டு வந்தார். *நுண்கலை* இதழில் வெளிவந்த கன்னியப்பனின் கட்டுரையைத் தக்ஷிணசித்ரா நூலகர்களான இந்துவும் ரேகாவும் நகலெடுத்துக் கொடுத்தார்கள். இவர்கள் எல்லாரையும் இந்த நேரத்தில் நினைவுகூரக் கடமைப்பட்டுள்ளேன். முன்னுரையை வாசித்து நுட்பமான திருத்தங்களைச் சொன்ன பெருந்தேவி, லக்ஷ்மண் தசரதன், திருமூர்த்தி, ஜெகந்த், சரவணன் நல்லமுத்து ஆகியோருக்கு நன்றி. நவீன கிளாசிக் கலை ஆளுமை பற்றிய புத்தக வடிவமைப்பு என்பதால் மிகுந்த சிரத்தையுடன் கலா, ஸ்டெனோலின், மணிகண்டன் ஆகியோர் உதவியிருக்கிறார்கள். முகப்பு அட்டைக்காக ஜெபாவுக்கும் மனமார்ந்த நன்றி.

தற்கால எழுத்தாளர்களில் கவிஞர் பெருந்தேவியும், ஆய்வாளர் ஆ. இரா. வேங்கடாசலபதியும் எனக்கான ஆற்றலை எப்போதும் அளிப்பவர்கள். பெருந்தேவியின் நிழலில் நின்றும் சலபதியிடம் எட்ட நின்றும் நிறையவே கற்றதும் பெற்றதும் உண்டு. இருவருக்கும் மனம் கனிந்த அன்புடன் இந்தக் கட்டுரைத் தொகுப்பைச் சமர்ப்பிக்கிறேன். கலைசார்ந்த முன்னெடுப்புகள் எந்த வடிவில் இருந்தாலும் அவையெல்லாம் எதிர்காலத் தலைமுறையினரின் வளமான கலாச்சார ஓர்மைக்கானவை என்ற தெளிவுடன் இருந்தவர் ரவி தனபால். அவர் இருந்திருந்தால் இந்நேரம் மகிழ்ச்சியில் திளைத்திருப்பார். இயற்கையில் கலந்த அவருக்கு இத்தொகுப்புப் பணி ஆத்ம நிறைவை அளிக்கு மென்றே நம்புகிறேன்.

கலைச் சமூகத்தின் வளர்ச்சிக்கும் கலை இயக்க நகர்விற்கும் தன் வாழ்நாள் முழுவதும் பல்வேறு புலங்களில் அமைதியாகவும் அடக்கமாகவும் அழுத்தமாகவும் பங்காற்றியவர் சிற்பி தனபால். அவருடைய நினைவைப் போற்றும் வகையில் நிகழ்ந்த முன்னெடுப்புகளில் இந்தத் தொகுப்பு நூல் மகுடத்தில் மயிலிறகாக அழகு சேர்க்கும் என்று நம்புகிறேன்.

பொன்னேரி
25-04-2022

கிருஷ்ண பிரபு

அடிக்குறிப்பு

1. 'நுண்கலைகள் என்பவை யாவை? அவை ஏன் அவ்வாறு அழைக்கப்பெறுகின்றன?', என்ற கட்டுரையில் படிமக் கலையான சிற்பங்கள் குறித்து டாக்டர் கா. சிவத்தம்பி இவ்வாறு குறிப்பிடுகிறார். பார்க்க: நுண்கலை இதழ், மார்ச் 1999 (ப. 54)
2. டாக்டர் ஆனந்த குமாரசுவாமி, 1980, ப.27
3. டாக்டர் ஆனந்த குமாரசுவாமி, 1980, ப.33
4. சிற்பி எஸ். தனபால், 2019, ப.20
5. சிற்பி எஸ். தனபால், 2019, ப.107
6. சி. முத்துகந்தன், 2010, ப. 251

பயன்பட்ட நூல்களும் இதழ்களும்

சு.கி. ஜெயகரன், 'மூதாதையரைத் தேடி', நாகர்கோவில், காலச்சுவடு பதிப்பகம்: முதல் பதிப்பு 2006.

அரவிந்தன் நீலகண்டன், 'குகை ஓவியங்கள் ஜாக்கிரதை', சொல்வனம் இணைய இதழ்.

அனந்தபுரம் கிருஷ்ணமூர்த்தி, 'தொல்பழமை ஓவியங்கள்', நுண்கலை 2001.

பி. கோதண்டராமன், 'சித்தன்னவாசல் ஓவியங்கள்', நுண்கலை 2005.

டாக்டர் ஆனந்த குமாரசுவாமி, 'சிவானந்த நடனம்', தமிழாக்கம்: வித்தியாரத்தினம் நாவாலியூர் சோ. நடராசன், சென்னை, தமிழ்நாட்டுப் பாடநூல் நிறுவனம்: முதல் பதிப்பு 1980.

எஸ். தனபால், 'ஒரு சிற்பியின் சுயசரிதை', பதிப்பாசிரியர்: கிருஷ்ண பிரபு, நாகர்கோவில், காலச்சுவடு பதிப்பகம்: முதல் பதிப்பு 2019.

தொகுப்பாசிரியர்: சி. முத்துகந்தன், 'சந்ரு: நேர்காணல்களும் – நிறைகாணல்களும்', சென்னை, காவ்யா வெளியீடு, முதல் பதிப்பு: 2010.

1

அ. நாகராஜன்
எழுத்தாளர், ஓவியர்

'அறையை வீடாக்கும் சுவர்களும் சுவர்களின் மீதேறிய ஓவியங்களும்' என்னும் எனது தன்வரலாற்று நூலிலிருந்து ஆசான் தனபால் அவர்களைப் பற்றிய என் எண்ணங்களைச் சொல்லத் தொடங்கலாம் எனக் கருதுகிறேன்.

"சென்னையில் பெசன்ட் உயர்நிலைப் பள்ளியில் ஓவிய ஆசிரியர் பணியிலிருந்து விலகி, புதுச்சேரியில் வங்கிப் பணியில் சேர்ந்தபின் (1970கள்) ஒரு நாள் மாலை வங்கியிலிருந்து வீடு திரும்பிக்கொண்டிருந்தேன். சிற்பி திரு. தனபால் எதிர்ப்பட்டார். சைக்கிளை விட்டு இறங்கி மிகுந்த உற்சாகத்துடன் அவரிடம் பேசத் தொடங்கினேன். என்னைப் பற்றிக் கேட்டார். நான் இப்போது புதுவையில் வங்கி ஒன்றில் வேலையில் சேர்ந்துவிட்ட விபரம் கேட்டு அதிர்ச்சியில் உறைந்துபோனார். 'what a pity' என்று குமுறினார். நானும் மனம் சோர்ந்து அங்கிருந்து அகன்று போனேன். அவரை என் இல்லத்துக்குக் கூப்பிடக்கூடத் தோன்ற வில்லை என்பது அப்புறம்தான் உறைத்தது. அவர் புதுவையில் ரஹீம் என்னும் ஓவியரைக் கண்டு செல்ல வந்திருந்தார். ஆனால் எனக்கோ ரஹீமைத் தெரிந்திருக்கவில்லை. நான் ஓவியன் என்பதே புதுவையில் யாருக்கும் தெரியாது.

"என்னுடைய ஓவியங்களைச் சென்னையில் வரும் மார்ச் மாதம் 4 ஆம் தேதியன்று

லலித் கலா அகாதெமி கலைக்கூடத்தில் காட்சிப்படுத்த முன்பதிவு செய்திருக்கிறேன். அந்தக் காட்சியை நீங்கள்தான் தொடங்கிவைக்க வேண்டுமென்று விரும்புகிறேன். மறுக்காமல் ஒப்புக்கொள்ள வேண்டும்."

"என்ன தேதி சொன்னாய்? அடடா! அந்த நாளில் சென்னையில் இருக்கமாட்டேனே ஸ்ரீநிவாசுலுவிடம் கேட்டுப்பார். அது இருக்கட்டும், நீ சென்னையிலிருந்து பாண்டிச்சேரிக்குச் சென்று எத்தனை ஆண்டுகள் ஆகின்றன?"

"பத்து ஆண்டுகள் முடிந்துவிட்டன."

"இந்தப் பத்து ஆண்டுகளில் ஓவிய உலகில் என்னென்ன மாற்றங்கள் நிகழ்ந்துள்ளன என்பதை நீ அறிவாயா? படைப்பு ஓட்டத்திலிருந்து நீ வெகுவாக ஒதுங்கிவிட்டிருப்பாய். பாண்டிச்சேரியில் நீ தீட்டிய ஓவியங்களை நான் பார்த்ததில்லை. அவற்றின் புகைப்படங்களையும் கொண்டு வரவில்லை. உன் வளர்ச்சி பற்றின விவரத்தை நான் தெரிந்துகொள்ள வேண்டாமா? கடந்த பத்து ஆண்டுகளாக சென்னையுடன் தொடர்பற்றுத் தனித்திருந்திருக்கிறாய். இப்போது (ஓவியப் பள்ளியில் என்னுடன் கற்ற ஓவியர்கள் ஆதிமூலம், வாசுதேவ் போன்ற சிலரது பெயர்களைக் குறிப்பிட்டு) இவர்கள் தீட்டும் ஓவியங்களை ஒருமுறை சென்று பார். அதனால் உனக்கு நடை முறைப் படைப்புச் சிந்தனை பற்றிய தெளிவு கிட்டும். உன் ஓவியக் காட்சி சிறப்பாக அமைய என் ஆசிகள்."

இந்த உரையாடல் என் ஓவியப் பள்ளி ஆசான் எஸ். தனபாலுக்கும் எனக்கும் இடையே 1981 இல் நான் ஏற்பாடு செய்யவிருந்த ஓவியக் காட்சிக்குச் சில மாதங்களுக்கு முன்னர் நிகழ்ந்தது. அப்போது பிற ஓவியர்களின் படைப்புகளைப் பார்த்துத் தெளிவுபெற அவர் பரிந்துரைத்தது எனக்கு ஏற்புடையதாக இருக்கவில்லை. ஆனால், என் படைப்பு வளர்ச்சியை அவருக்குத் தெரிவித்திருக்க வேண்டும். ஓவியங்களைப் புகைப்படங்கள் எடுத்திருந்தபோதும் எடுத்து வராதது என் பிழைதான். திட்டமிடல் என்பது எனக்குப் படியவில்லை.

சென்னை ஓவியப் பள்ளியில் பயிலவரும் மாணவருக்கு அதற்கான ஆர்வமும் அடிப்படைத் தகுதியும் இருக்கிறதா என்று கண்டுபிடிக்க ஒரு நுழைவுத் தேர்வு உண்டு. அதற்கென ஓவிய ஈர்ப்புக்கொண்ட சிறுவனான என்னை உற்சாகப்படுத்தின ஸ்ரீநிவாசுலுவிடம் மனிதனின் முகத்தையும் முழு உருவத்தையும் வரைவதில் ஒரு கோடை விடுமுறை (1956) சமயம் பயிற்சி பெற்றேன். தினமும் காலையிலேயே கிளம்பி அடையாறு

பெசன்ட் பள்ளி வளாகத்திலிருந்த அவரது இல்லத்துக்குப் போய்விடுவேன். என்னுடனேயே ஆங்கில வழியில் படித்த பள்ளித் தோழி பகவத்கீதா என்பவரும், *S.V.* ராமாராவ் என்பவரும் பயிற்சி எடுத்துக்கொண்டார்கள். (தனது கல்லூரிப் படிப்பைப் துண்டித்துக்கொண்டு ஓவியம் பயில வந்தவன். இப்போது புகழ்பெற்ற ஓவியனாக அயல் தேசத்திலேயே வசிக்கிறான். பத்மஸ்ரீ விருது பெற்றவன்.) எங்களை ஸ்ரீநிவாசுலு அப்போது மயிலையில் சித்திரக் குளத் தெருவில் வசித்துவந்த அவரது பள்ளித் தோழரும் ஓவியப் பள்ளியில் பணிபுரிபவருமான தனபாலிடம் கூட்டிச்சென்று எங்களைப் பள்ளியில் சேர்க்கப் பரிந்துரை செய்தார். தனபால் என்னும் ஓவியரை நாங்கள் நேரில் கண்டது அப்போதுதான்.

ஓவியப் பள்ளியில் தனபால் எனக்கு முதல் வருட (*First year Painting*) ஆசிரியராக இருந்தார். பின்பு சிற்பக் கூடத்துக்குப் பொறுப்பாளராகி முழுவதும் சிற்பியாகவே அறியப்பட்டார். அதுமட்டுமல்லாமல் மிகச்சிறந்த ஆசானாகத் திகழ்ந்தார். ஓவியம்–சிற்பம் இரு துறையிலும் பல 'பேர் சொல்லும்' கலைஞர்களை ஓவிய உலகுக்குத் தந்தவர். தமது இளம் வயதில் பரத நாட்டியம் பயின்றார். வங்காள முறைப்படி கச்சம் போட்ட வேட்டியும், நீண்ட ஜிப்பாவும், உயர்த்திப் பின்புறம் படியவாரிய நீண்டமுடி தோள்வரை தொங்குவதாகவும் அவர் எப்போதும் காணப்பட்டார். பின் நாட்களில் பேண்ட் சட்டை அணிந்து பிரெஞ்ச் தாடியும் வைத்துக்கொண்டார். பணிக்கரைத் தொடர்ந்து அப்போது பலரும் அவ்வாறு தாடி வைப்பது ஒரு வழக்கமாக இருந்தது. எப்போதும் ஒரு மாணவர் கூட்டம் அவருடனேயே இருக்கும். தமது வீட்டிலும் பல மாணவர்களைத் தங்க வைத்துக்கொண்டு உணவும் கொடுத்து ஓவியக் கல்லூரி யில் பயில வைத்தார். எல்லாம் இலவசமாகத்தான். பின்நாளில் மந்தை வெளியில் வீடு கட்டிக்கொண்டு தமது இறுதிக் காலம் வரை வாழ்ந்தார்.

தனபாலின் படைப்பைப் பற்றிப் பேசும் தகுதி எனக்குக் கிடையாது. என்றாலும், ஒரு மாணவனாக நான் அவரைப் புரிந்துகொண்ட விதத்தைப் பற்றிச் சொல்வேன். அவரும் ஸ்ரீநிவாசுலுவும் லேபாக்ஷி சுவர் ஓவியத்திலிருந்து தொடக்கமாகத் தங்களைக் கட்டமைத்துக்கொண்டனர். ஓவியத்திலிருந்து சிற்பி என்ற தளத்துக்கு மாறியபின் அவரது கலைப் பங்களிப்பு முற்றிலுமாகச் சிற்பத்துக்கு என்றானது. அவர் படைத்த ஔவையார், ஏசுநாதர் சிலைகளை அவை உருவானபோது காணும் வாய்ப்புப் பெற்ற மாணவர்களில் நானும் ஒருவன். பல புகழ்பெற்ற தலைவர்கள் அறிவுஜீவிகளின் முகங்கள் சிலைகளாக

உருவானபோது தமக்குக் கிட்டிய அனுபவங்களை அவர் தன் சுயசரிதத்தில் விரிவாகக் குறிப்பிட்டுள்ளார். அவரது கோடுகள் மென்மையும் நெகிழ்வுத்தன்மையும் வனப்பும் கூடியவை; எப்போதும் காண்போரைச் சலிப்பின்றி பார்க்கவைக்கும் எழில் கொண்டவை. அவற்றில் அழகியல் குறைவான முரட்டுக் கோடுகளுக்கு இடமிராது.

கலாக்ஷேத்ராவின் ஓவியப் பிரிவின் பொறுப்பிலிருந்த ஸ்ரீநிவாசுலு 1994களின் தொடக்கத்தில் காலமானார். அதன்பிறகு மத்திய அரசின் வேண்டுகோளை ஏற்று, தனபால் அந்தப் பொறுப்பை ஏற்றுக்கொண்டார். அப்போது முதுமையின் தாக்கம் அவருக்கு வந்துவிட்டிருந்தது. அங்கு அதுவரை பின்பற்றப்பட்டு வந்த மரபுவழிக் கற்றலுடன் மேலை வழியையும் பாடத்திட்டத்தில் இணைத்தார். ஆண்டுதோறும் மாணவர்களின் ஓவியங்களைப் பொதுவில் காட்சிப்படுத்தி உற்சாகப்படுத்தினார். பணி மாற்றலில் (1990) நான் அப்போது சென்னைக்கு வந்து திருவான்மியூர் வால்மீகி நகரில் குடியிருந்தேன். அவரைச் சென்று சந்திப்பது வாரத்தில் எப்படியும் இரண்டு முறைக்குத் தப்பாது. அப்போதெல்லாம் எத்தனை எத்தனை அளவளாவல்கள் கலைகளைப் பற்றி நிகழ்ந்தன ? ஒருமுறை பல்லவர் காலத்துச் சிற்ப பாணி எவ்வாறு சோழர் காலத்தில் விரிவாக்கம் கொண்டது என்பதைப் பற்றிய நீண்ட விளக்கம், வேறொரு முறை பரத நாட்டியத்தில் சஞ்சாரி பாவம் என்னும் பகுதியும், அடவு என்னும் பகுதியும் ருக்மிணி தேவியால் மேம்படுத்தப்பட்ட விதம் பற்றிய விரிவுரை. இந்திய ஓவியன் தன் நிலம் சார்ந்தே படைக்க வேண்டும் மேலைச் சிந்தனையில் தன்னிலை இழக்கக் கூடாதென்பது பற்றிய விளக்கங்கள் என்று நீளும். அவை எனக்கும் க்ருஷாங்கினிக்கும் கிட்டிய பெரும்பேறு. அவரது மந்தைவெளி இல்லத்துக்கு நாங்கள் செல்வதும் அவ்வப்போது நிகழும். எங்கள் மகள் நீரஜாவின் நாட்டியம் அவருக்கு மிகுந்த நிறைவைத் தருவதாக உரையாடலில் குறிப்பிட்டிருக்கிறார். கலை சார்ந்த எல்லா முயற்சிகளையும், எல்லாப் பரிசோதனைகளையும் வயது பேதம் இன்றி ஊக்கப்படுத்தியவர்.

ஓவியப் பள்ளியில் நான் கற்ற நாளில் ஒருமுறை சிங்கத்தின் மீது அமர்ந்த துர்க்கையை ஓவியமாக்க விரும்பி எழுதுகோல் கொண்டு உருவத்தை வரையத் தொடங்கினேன். ஆனால் சிங்கத்தின் உடற்கூறு பற்றின தெளிவு இல்லாததால் உருவத்தைச் சரியாக வரைய இயலவில்லை. தனபால், நான் குழப்பத்தில் தடுமாறுவதைக் கண்டார். அருகில் அமர்ந்துகொண்டு "விலங்குகளை நமது சிற்ப வழியைப் பின்பற்றி வரைவதுதான் அது பற்றின சரியான புரிதலை உனக்குத் தரும். இயல்பான

உருவ அமைப்பை எப்படி அழகியலில் இணைத்து ஒரு புதிய தோற்றத்தைச் சிற்பத்தில் உண்டாக்கியுள்ளனர் என்பது அதைப் பார்த்து வரைந்து புரிந்துகொள்ள வேண்டியது" என்றுகூறி வேறொரு தாளை எடுத்துக்கொண்டு வாலை முறுக்கிக்கொண்ட சிங்கம் ஒன்றை வரைந்து காண்பித்தார். நான், அண்மைக் காலம் வரை அதைப் பாதுகாத்து வந்தேன்.

சீடன் என்றும் குருவுக்கு மாணவனாகவேதான் இருக்க முடியும். சீடன் குருவை விஞ்சுவதில்லை. அது என்றும் நிகழ்ந்ததும் இல்லை. கருத்து வேற்றுமை இடையில் தோன்றினாலும் அவர்கள் இருவரும் தந்தையும் மகனும் போலத்தான்.

ஓவியப் பள்ளியில் அவரது மாணவனாகக் கலைப் பயணத்தைத் தொடங்கிய நான் இப்போது பெற்றுள்ளதாக நினைக்கும் திறமைக்கும் முதிர்ச்சிக்கும் அனுபவத்துக்கும் உரமாக அவர் கற்பித்த பாங்கையே கருதுகிறேன்.

2

எஸ். கன்னியப்பன்

சிற்பி

தமிழ்நாட்டின் ஓவிய, சிற்பக் கலைகளின் வளர்ச்சியினைச் சிறுவயதிலிருந்தே அறிந்திருக்கும் வகையில் தனபால் தலைசிறந்த ஓவியர் மட்டுமன்றித் தலைசிறந்த சிற்பியும் கூட. தலைசிறந்த ஓவியர் என்பதைக் காட்டிலும், ஓவியர்களில் அவருக்கு அவரே நிகரானவர். வெறும் ஓவியர், சிற்பி என்பதையெல்லாம்விட கலைத்துறையில் சிறந்த (ஓவிய) ஆசிரியர் என்னும் பெரியதோர் இடத்தைப் பெற்றுள்ளார். அவரைப் போன்ற ஆசிரியரை நான் கண்டதில்லை. நானுமேகூட அவருடைய மாணவர் எனக் கூறிக்கொள்வதில் பெருமை மிக அடைகிறேன். அவ்வாறே தமிழ்நாட்டிலுள்ள பல ஓவியர்களும் சிற்பிகளும் தனபாலுடைய மாணவர் என்பதில் பெருமை கொள்கின்றனர். அவர் மட்டும் கலை யுலகில் ஆசிரியராக இல்லையெனில் தமிழ்நாட்டு ஓவியர்கள், சிற்பிகள் பலர் வெளிவருவதற்கு வாய்ப்பு இல்லாது போயிருக்கும் என்பது உறுதி. காரணம், ஆசிரியராய் ஆற்றிய பணி மட்டுமல்லாமல் அவர் காட்டிய அன்பு, அளித்த ஆதரவு, ஊட்டிய ஊக்கம் ஆகியவையே இவர்கள் கலைஞர்களாய் வெளிவருவதற்கு நல் வாய்ப்பாக இருந்தது.

சென்னை அரசு கலைத்தொழில் கல்லூரியில் டி.பி. ராய் செளத்திரி முதல்வராக இருந்த காலத்தில் 1958ஆம் ஆண்டு அவர் பணிபுரிந்த இந்திய நவீன பாணி ஓவியக்கலை, சிற்பக்கலை ஆகியவற்றைப் பாடத்திட்டத்தில் புகுத்துவதற்கு கே.சி.எஸ். பணிக்கர் மேற்கொண்ட எல்லா முயற்சிகளுக்கும் அவருடன் இவர் ஒத்துழைப்பு தந்து ஆவன

செய்தார்; மட்டுமின்றித் தானும் அவ்வழியைக் கடைப்பிடித்து மாணவர்களுக்கு ஊக்கமளித்ததால்தான், இன்று நாம் இந்திய அளவிலும், உலக அளவிலும் தலைசிறந்து விளங்குகின்றோம் / விளங்குகின்றனர். தனபாலிடமிருந்த இந்திய பாணி ஓவியத் திறமைக்கு – அதையே அவர் தொடர்ந்து பின்பற்றி இருந்தாலும் – அவருடன் வேறு யாரும் போட்டிபோட முடியாத நிலை இருந்திருக்கும்.

ஏனைய மாநிலங்களுக்கு மட்டுமின்றி ஏனைய நாடுகளுக்கும் எடுத்துக்காட்டாகத் தமிழ்நாட்டின் ஓவியர்கள் திகழ வேண்டும் என்ற அவா உடையவர் அவர். அதற்காகக் கல்லூரியில் இரவு பகல் பாராமல் உழைத்ததுடன் மாணவர்களுக்கு ஊக்கமளித்து, பல மாநிலங்களில் கண்காட்சிகள் பலவற்றை நடத்தித் தானும் அவற்றில் கலந்துகொண்டு இத்தகு முயற்சிகளில் வெற்றியை எட்டியவர். இதற்காகத் தன் வீட்டையும் மறந்த ஆசிரியர் ஆவார். இக்காலகட்டத்தில் அவருடன் பணியாற்றிய ஆசிரியர்களும் மாணவர்களும் ஒருங்கே அவருடைய வழிகாட்டுதலில் வளர்ச்சி பெறும் வாய்ப்பினைப் பெற்றார்கள். அவர்களில் பெயர் குறிப்பிடத்தக்கவர்கள் எல். முனுசாமி, ஏ.பி. சந்தானராஜ் ஆகிய ஆசிரியர்களும் கே.எம். ஆதிமூலம், ஆர்.பி. பாஸ்கரன், சி. தட்சிணாமூர்த்தி போன்ற மாணவர்களுமாவர். மற்ற மாநில மாணவர்கள் எஸ்.ஜி. வாசுதேவன், கே.வி. ஹரிதாசன், அக்கிதரம் நாராயணன், சதானந்தன் ஆகியோர் ஆவர்.

பின்னர் கே.சி.எஸ். பணிக்கர் கல்லூரியின் முதல்வராகப் பணி ஓய்வு பெற்ற பின் தமிழ்நாட்டில் வாழுகின்ற ஓவிய, சிற்பக் கலைஞர்களுக்கு ஒன்றுகூடிச் செயல்படவேண்டுமென்று மற்றையோர் எவர்க்கும் புலப்படுத்தாமல், தனபால் அவர்களுடன் கலந்துபேசி கலைஞர்கள், கைவினை ஒன்றியக் கல்லூரியில் பணிபுரிந்த ஆசிரியர்கள், மேலே குறிப்பிட்ட மாணவர்கள் ஆகியோர் ஒன்றாகச் சேர்ந்து ஓவியர்களுக்கான ஒரு நிறுவனத்தைத் தொடங்கினார். அதுதான் இன்று சோழமண்டல ஓவியக் கிராமம் என்ற பெரும் பெயருடன் நடத்தப்பட்டு வருகின்றது. சோழமண்டலத்தைத் தொடங்க வாங்கப்பட்ட இடத்தில் வேலி போடும் பணி முதல் அங்கு தங்குவதற்கான கொட்டகை அமைக்கும் பணி வரையிலும் தனபால் தனக்கும் பணியில் ஈடுபட்டோருக்கும் மைலாப்பூரிலுள்ள தன் வீட்டிலிருந்து சமைத்து உணவினை சோழமண்டலத்துக்கு சைக்கிளிலேயே எடுத்துச் சென்று வந்தார். அதனை நிறுவிட அவர் உழைத்த உழைப்பு, சிந்திய வியர்வை வரலாற்றின் பக்கங்களில் பொன் எழுத்துக்களில் பதியப்பட வேண்டியவை. (அன்றைய காலக்கட்டத்தில்

போக்குவரத்து வசதிகள் ஏதும் அற்ற நிலையையும் கருத்தில் கொள்ள வேண்டும்.)

அவ்வாறு பாடுபட்ட சோழமண்டலத்தின் நிறுவன உறுப்பினராகிய எஸ். தனபால் தன் வாழ்நாள் முழுவதும் அதன் வளர்ச்சிக்காக உழைத்தவர். பல நேரங்களில் பலரால் ஏமாற்றப்பட்டிருந்தாலும், ஏமாற்றப்பட்டதை எண்ணி ஏக்கமுறாது, ஏற்ற கலைப் பணியில் கருத்தாய் வாழ்நாள் முழுவதும் இருந்தார். அவருடைய பலன் கருதாத உழைப்புதான் கலைஞர்கள் பலர் இன்று மேம்பட்ட நிலையில் இருப்பதற்கோர் காரணம் எனில் அது மிகையன்று. இவ்வாறு அவர் செய்யத் தவறித் தன்னலத்தை மட்டும் கருதியிருந்தால், இன்று தமிழ்நாட்டில் ஓவியர்கள், சிற்பிகள் இத்தகு மேல்நிலையில் இருந்திருக்கவியலுமா என்பது ஐயமே.

கலையில் அவர்

தனபால் அவர்களுடைய ஓவியங்கள் தொன்மையான மரபைத் தழுவியிருந்தாலும், அதிலும் அவருக்கென்று ஒரு தனிப் பாணியில் செய்துள்ளார். அவருடைய ஓவியங்களைப் பார்க்கும்போது மரபை எவ்வளவு எளிமைப்படுத்த முடியுமோ அவ்வளவு எளிமைப்படுத்தியுள்ளார் என்பது நன்கு விளங்கும். எவரிடமும் இம்மாதிரியான ஓவியங்களை இதுநாள் வரையிலும் நான் கண்டதில்லை. அவருடைய ஓவியங்களில் தஞ்சை பெரிய கோயில் கோபுரத்திலிருக்கும் சிற்பங்களையும் உள்ளிருக்கும் சுவர் ஓவியங்களையும் கர்நாடக மாநிலத்திலுள்ள நரசிபூர் ஹாசன் கோயில்களின் சிற்பச் சாயல்களையும் காண முடிகிறது.

அவர் எந்தவொரு ஓவியத்தையும் வரையும்போது தூரிகையைக் கொண்டு நேரடியாக எழுதும் பழக்கம் உள்ளவர். பென்சிலோ ரப்பரோ பயன்படுத்தியதில்லை. இதுநாள் வரை வேறு எவரிடமும் இத்தகு திறனை நான் கண்டதில்லை. பயிற்சி, ஓவியத்திறன் ஆகியவை இருந்ததால் அவர் தற்கால ஓவியத்தினை, சிற்பத்தினை அழகுறச் செய்துள்ளார். உதாரணமாக, அவர் செய்த மரச் சிற்பம் மிக எளிமையாகச் செய்யப்பட்டுள்ளதை இதற்கு எடுத்துக்காட்டாகக் குறிப்பிடலாம். அவர் பணியாற்றிய கல்லூரியில் மேற்கிந்தியப் பாணி சார்ந்த நிலை முன்பிருந்த போதிலும் தனபால் நமது இந்திய ஓவிய சிற்பக் கலைகளுக்குப் பழுதில்லாமல் – இந்தியக் கலாச்சாரத்தைப் புகுத்தித் – தற்போதுள்ள மேற்கத்திய ஓவியப் பாணியில் தனது சிற்பங்களைச் செய்துள்ளார் என்பது குறிப்பிடத்தக்கது. பல புகழ்பெற்ற தலைவர்களின் சிற்பங்களையும் தனது பாணியிலேயே செய்துள்ளார் அவர்; ஓவியம் மட்டுமல்லாமல் பீங்கானுக்காகவும்

நகைகளுக்காகவும் வடிவமைத்துள்ளார். மேலும் அவர் கண்காட்சிகளில், கலைப் படைப்புகளைப் பார்வைக்குத் தகுந்தவாறு அமைப்பதில் வல்லுநர் ஆவார்.

ஆசிரியர் பணிக் காலத்தில்

தனபால் அவர்கள் கல்லூரியில் ஆசிரியராக இருந்த காலத்தில் நான் சிற்பக்கலை பயின்று வந்தேன். சிற்பக்கலையில் கோட்டோவிய வகுப்புகள் நடத்துவதற்குச் சரியான ஆசிரியர் இல்லாததால், சிற்பக் கலையிலிருந்து கோட்டோவியத்தில் தேர்ச்சி பெறுவதற்காக அவருடைய வகுப்பிற்குச் செல்வது வழக்கம். அப்போது அவர் மாணவர்களுக்கு எவ்விதத்தில் பயிற்சி தந்தார் என்பதைப் பல நேரங்களில் பார்க்கும் வாய்ப்பு எனக்குக் கிடைத்தது. அவர் மாணவர்களுக்குச் சொல்லித் தரும் விதம் மிகவும் நுட்பமாகவும் எளிமையாகவும் இருக்கும். ஓர் உருவத்தினை மாணவர் வரைந்தால், அதன்மேல் அவர் எதையும் திருத்தாமல் அத்தாளின் பக்க வடிவத்தில் வரைந்து காட்டும் பழக்கம் உள்ளவர். இது மாதிரி பழக்கத்தினை நான் யாரிடமும் கண்டதில்லை. ஓர் ஆசிரியர் திருத்துவதென்றால் மாணவர்கள் செய்ததிலேயே திருத்தப்படுவது வழக்கம். சில மாணவர்களுக்குச் சந்தேகம் கேட்கும் நேரத்தில் தானொரு காகிதத்தினை எடுத்து அதில் எழுதிக் காண்பிக்கும் ஆசிரியராவார்.

இவ்வளவு திறமையும் அனுபவமுமுள்ள ஆசிரியர் பல நேரங்களில் தனக்குக் கிடைக்க வேண்டிய பலன்களை இழந்துள்ளார் என்பது வருந்தத்தக்கதாகும். தனபால் பதவி மோகமற்றவர்; கலையில் அதிக நாட்டம் கொண்டவர், ஆகையினால் மாணவர்கள் மத்தியில் அவருக்கு மரியாதையும் மதிப்பும் இருந்தது. அவர் இவ்வாறு இருந்ததினால், இன்றைய ஓவியச் சமூகத்தில் அவரால் வளர்க்கப்பட்டுள்ளவர்கள் மிகவும் திறமைசாலிகளாக இருப்பதைக் காண முடிகிறது. இதை உறுதிப்படுத்தும் வகையில் எல். முனுசாமி, ஏ.பி. சந்தானராஜ், ஆர்.பி. பாஸ்கரன் ஆகியோர் சென்னை கலைத்தொழில் கல்லூரி யின் முதல்வர் பதவியினை வகித்துள்ளார்கள் என்பதுடன் ஓவியர்களாகவும் திகழ்கிறார்கள்.

அவருடைய பணிக் காலத்தில் அவருடைய இல்லத்திற்குச் செல்லாத ஆசிரியரோ மாணவர்களோ கிடையாது. கல்லூரிப் படிப்பை முடித்த மாணவர்களும் அவரிடம் நெருக்கமுள்ளவராக இருந்ததைக் கண்கூடாகப் பார்த்துள்ளேன். அது மட்டுமல்லாமல் முதியவர்களுக்கும் குழந்தைகளுக்கும் ஓவியப் பயிற்சி தருவதில் அவருக்கு இணை அவரே. காரணம் ஆசிரியர்கள் ஒரு வயதிற்குக் கீழே இறங்கிவந்து ஓவியப் பயிற்சி தருவது மிகவும் கடினமானது.

அவர் இறக்கும் தருவாயிலும்கூடக் குழந்தைகளுக்கும் கல்லூரியில் சேர விருப்பமுள்ள மாணவர்களுக்கும் செய்முறை பயிற்சி தந்தது என்னை மிகவும் வியக்கவைத்தது. அப்படிப் பயிற்சி பெற்ற மாணவர்களில் எனது இரண்டு மகன்களும் அடங்குவர். அவரால் பயிற்சி பெற்ற மாணவர் அருளரசன் பள்ளி மாணவனாக இருந்த காலம் முதல், இன்று கல்லூரியில் ஆசிரியர் பணியில் அமர்ந்ததுவரை அவருடைய பயிற்றுவிப்புத் திறமைதான் காரணம் என்று கூற வேண்டும்.

ஏதோ ஆசிரியராக இருந்து ஓய்வு பெற்றபின் தன் கடன் முடிந்துவிட்டதென்று நினைக்காமல் தொடர்ந்து தன் வாழ்நாள் இறுதி வரையிலும் மற்றவர்களுக்கும் பயனுள்ளதாக இருந்த ஆசிரியரை இதுநாள் வரை நான் கண்டதில்லை. மேலும் தமிழ்நாடு ஓவிய நுண்கலைக் குழுவால் நடத்தப்பட்ட பள்ளி ஓவிய ஆசிரியர்களுக்கான குறுகிய காலப் பயிற்சி வகுப்புகளில் பங்கேற்ற ஆசிரியர்களுக்கும் ஆசிரியராக இருந்திருக்கிறார்.

இவருடைய காலகட்டத்தில் தமிழ்நாடு ஓவிய நுண்கலைக் குழு உறுப்பினராகவும், லலித கலா அகாதெமி உறுப்பினராகவும், சோழ மண்டல நிறுவன உறுப்பினராகவும், தென்னிந்திய ஓவியர்கள் சங்கத்தின் செயலாளராகவும் இருந்தபோது முன்னாள் தமிழக முதல்வர் பக்தவச்சலம் சங்கத்தின் தலைவராகவும் இருந்திருக்கிறார். அவருக்குப் பின்பு இச்சங்கத்தின் தலைவராக தனபால் பதவி வகித்தார்.

முதன்முதல் காங்கிரஸ் கண்காட்சியில் அவரின் வண்ணக்கலை ஓவியத்திற்குத் தங்கப் பதக்கமும், தமிழ்நாடு அரசு விருதும், கலைச் செம்மல் விருதும், லலித் கலா அகாதமி விருதும், தோழமைக் கல்விக் கழக உறுப்பினர் விருதும் பெற்றிருக்கிறார். மேலும் இவரை, லலித் கலா அகாதெமி வெளிநாடு செல்வதற்குத் தேர்ந்தெடுத்து அனுப்பியுள்ளது.

நடராஜ் சகுந்தலா நாட்டிய நாடகத்தில் ஓர் அங்கம் வகித்து நாட்டியம் ஆடியதற்காக அறிஞர் சி.என். அண்ணாதுரை இவருக்குப் புகழாரம் சூட்டியது மிகப் பெருமைக்குரிய ஒன்றாகும். இவர் ஓவியத்தில் மட்டுமில்லாமல் நாட்டியத்திலும் மிகச் சிறந்து விளங்கினார். நாட்டியத்திற்கு அணியக்கூடிய அணிகலன்களை வடிவமைத்து அவரது நடனத்திற்கேற்ப, அதனை என் முன்னோர்களால் செய்து தரப்பட்டுள்ளது. (இதுபோல் அணிகலன் இதுநாள் வரை யாராலும் செய்யப்படவில்லை.)

இவருடைய ஓவியங்களில் தென்னிந்தியப் பாணி இருப்பதை யாராலும் இன்றுவரை மறுக்க முடியாது.

மனிதப் பற்றுக் கோட்பாடு

தனபால் எந்தக் காலத்திலும் கோபமடைந்து நான் கண்டதில்லை. அவருக்குக் கோபம் வந்தால் மௌனமாகவே இருந்துவிட்டுச் சிறிது நேரத்திலேயே மறந்துவிடுவார். அவருடைய இல்லத்திற்கு யார் சென்றாலும் தனது வேலையைக் கருதாமல் வந்தவர்களுடன் நீண்ட நேரம் உரையாற்றி அவர்களுக்கு விருந்தளித்து, வழியனுப்புவதற்காக சைக்கிளுடன் பேருந்து நிலையம் வரை சென்றுவரும் குணம் யாருக்கும் இல்லாத ஒன்றாகும். அவரிடம் உதவியென்று சென்றவர்களுக்கு எவ்வகையிலும் உதவி செய்யத் தவறியதில்லை.

அவருடைய இல்லத்தில் எந்த நேரமும் ஓய்வில்லாமல் ஏதேனும் வேலைகளைச் செய்துகொண்டிருப்பார். ஓவியம் செய்து கொண்டே போன்சாய் மரங்கள் வளர்ப்பதிலும் மிகவும் அக்கறை கொண்டவர்.

எனது முன்னோர்கள் இக்கல்லூரியில் ஆங்கிலேயர் காலத்திலிருந்து வேலை செய்துவந்தார்கள். சுமார் 1946ஆம் ஆண்டு வாக்கில் தனபால் தான் பங்கேற்கும் நாடகத்திற்கு உரிய ஆபரணங்கள் செய்வதற்கான படங்களுடன் எங்கள் பட்டறைக்கு வருவார். எனது சிறிய தகப்பனார் சுந்தரம் ஆச்சாரி இக்கல்லூரியிலேயே பணியில் இருந்தவர். அன்றிலிருந்து தனபாலை எனக்கு நன்றாகத் தெரியும். நான் 1948ஆம் ஆண்டு கல்லூரியில் சேர்ந்து படித்தேன். நான் சிற்பக்கலை பயிலும்போது தனபாலின் வகுப்பிற்குச் சென்ற நேரங்களில், அவர் எனக்கு வகுப்பில் அனுமதி தந்ததல்லாமல் எப்படி வரைய வேண்டும் என்பதைச் சொல்லிக் கொடுத்த எனது ஆசான் ஆவார். அவர் கற்பிக்கும் விதத்தை ஏற்கெனவே சொல்லியுள்ளேன். ஏதோ சில காரணங்களால் நான் சிற்பக் கலையிலிருந்து பட்டம் பெறாமல் நின்றுவிட்டேன். இக்காரணங்களை அறிந்த தனபால் 1969ஆம் ஆண்டு என்னை அழைத்து பீங்கான் பிரிவில் வடிவமைப்பாளராகப் பணிபுரிய வாய்ப்பளித்தார்.

என்னுடைய வளர்ச்சியில் அவருக்கு நிறைய நாட்டம் இருந்ததல்லாமல் பீங்கான் பிரிவில் முன்னேற்றத்திற்காகக் கூடவே இருந்து அறிவுரை கூறினார். இப்படிக் குடும்பத்தினாலும், கல்லூரியில் ஏற்பட்ட நெருக்கத்தினாலும் அவருக்கு மகனாகவே இருக்கும் வாய்ப்பினைப் பெற்றேன். அவருடைய இல்லத்தில் நான் இருக்கும்போதெல்லாம் அவருடைய பணியினைப் பார்த்துப் பழகிக்கொள்ள வாய்ப்பிருந்தது. இவ்வாறாகப் பல ஆண்டுகள் செய்ததின் பொருட்டு நான் இந்நிலைக்கு உயர்ந்துள்ளேன்.

அவருடைய அனுபவங்கள் எனக்குக் கிடைக்கப் பெறாவிடின் என்னால் இந்த நிலைக்கு வர முடிந்திருக்காது எனக் கருதுகிறேன்.

பொதுவாக அவர் ஈடுபட்ட பணிகள் என்னைக் கவர்ந்ததால், நானும் அவ்வழியிலேயே செல்வதற்கு ஏதுவாக இருந்தது. ஒரு மனிதன் பிறருக்காகச் செயல்படுவதால் அவர்களின் நிலை மேலோங்குமே தவிர, கீழ்நிலை அடையாது. இதில் தனபாலும் வெற்றி பெற்ற ஒருவராவார்.

நான் ஒவ்வொரு முறையும் செய்யும் பணிகளில் அக்கறையும் ஆதரவும் அவற்றை மேம்படுத்துவதில் அறிவுரையும் வழங்கியுள்ளார். இதைப்போல் அவர் எல்லோருக்கும் வழிகாட்டியவர் என்பதைக் கண்கூடாகப் பார்த்திருக்கிறேன்.

திருவள்ளுவரின் துணைவியார் வாசுகி அம்மைபோல் தனபாலின் துணைவியார் மீனாட்சி அம்மையார் அவர்களும் தனது கணவரின் குணத்தினையே ஒத்திருந்ததால்தான் தனபால் அவர்களால் மற்றவர்களுக்காகத் தன் உழைப்பைத் தருவது சாத்தியமாயிற்று. இன்று தனபால் எல்லோருக்கும் வழிகாட்டியாக இருந்திருக்கிறார் என்றால் அதன் பங்கு மீனாட்சி அம்மையாரையும் சேரும்.

3

மணியம் செல்வன்
ஓவியர்

மைலாப்பூரும் மந்தவெளியும் ஒரு கலைக் கிராமம்போல இருந்த நாட்கள் அவை. இலக்கியம், இசை, ஓவியம், நாட்டியம், சினிமா என எல்லாக் கலையைச் சார்ந்த நபர்களும் இந்தப் பகுதிகளில் வசிப்பார்கள். ஆகவே ஒருவருக்கொருவர் அறிமுகமானவர்களாகவும் தெரிந்தவர்களாகவும் இருப்பார்கள். என்னுடைய அப்பா இயல்பிலேயே வரையக் கூடியவர். சென்னை ஓவியக் கல்லூரியில் சேர்ந்து முழு நேரப் படிப்பைத் தொடர முடியாமல் முதலாம் ஆண்டிலேயே நின்றவர். அதில் அவருக்கு வருத்தமும் இருந்தது. ஆகவே என்னை அந்தக் கல்லூரியில் சேர்க்க வேண்டுமென்ற ஆசை அவருக்கு இருந்ததில் வியப்பேதும் இல்லை. பள்ளிப் படிப்பை முடிக்கும் வரையிலும் எனக்குமேகூட ஓவியத்தில் அவ்வளவு பெரிய ஈடுபாடெல்லாம் கிடையாது. ஆனால், எப்போதாவது வரைந்து பார்க்க முயற்சிப்பேன். அப்படி வரைந்த ஓர் ஓவியத்தைப் பார்த்துவிட்டுத்தான் அப்பாவுக்கும் ஓரளவிற்கு நம்பிக்கை வந்தது.

பதினாறு வயதில்தான் ஓவியக் கல்லூரியில் சேர முடிவெடுத்து எழுதிப்போட்டோம்; தேர்வும் ஆனேன். ஓவியக் கல்லூரியில் சேர்ப்பதற்கு முன்பு, அப்பா தனது முதலாமாண்டு முடிவில் எல்லோருடனும் சேர்ந்து எடுத்துக்கொண்ட குழு புகைப்படத்தைக் காண்பித்து ராய் சௌத்ரி, பணிக்கர், தனபால் போன்ற ஓவிய ஆளுமைகளைப் பெயர் சுட்டி அடையாளம் காட்டினார். அந்தச் சமீப வருடங்களில்தான் தனபால் ஓவிய ஆசிரியராகவும்

கல்லூரியில் சேர்ந்திருந்தார். முதல் வரிசையில் அமர்ந்திருக்கும் தனபாலைச் சுட்டிக் காண்பித்து "இவர், ஆசிரியர் மட்டுமல்லர்; நடனமும் ஆடக்கூடியவர்" என்று அறிமுகப்படுத்தினார். அந்தச் சம்பவம் இன்று வரையிலும் பசுமையாகவே நினைவில் இருக்கிறது.

எங்கள் குடும்பத்தில் கலைத்துறையைப் பொறுத்தவரை குருவாக நினைப்பது என்னுடைய சின்ன தாத்தாவைத்தான். அப்பாவின் சொந்த சித்தப்பா. மைலாப்பூரில்தான் அவருடைய வீடும் இருந்தது. அந்த வீட்டின் திண்ணையில் அமர்ந்து ஓவியம் வரைவார்கள். சின்ன தாத்தாவிற்கு ஓவியர் எஸ். ராஜம் மிக நெருங்கிய நண்பர். கிருஷ்ணா ராவ், தனபால் போன்றவர்களும் மைலாப்பூரில்தான் இருந்தார்கள். தனபாலைவிட நான்கு வயது இளையவர் எஸ். ராஜம், சமீபத்தில்தான் இறந்தார். இவர்கள் எல்லாம் ஓய்வு நேரங்களில் சந்தித்துப் பேசி உரையாடக் கூடியவர்களாகத்தான் இருந்தார்கள். (அப்பாவுக்கு எஸ். ராஜத்தை விட நான்கு வயதுகள் குறைவு.) இதையெல்லாம் அப்பா எனக்குச் சொல்லியிருக்கிறார்.

நான் கல்லூரியில் சேர்ந்த முதல் வருடம் முடியும் நேரத்தில் எதிர்பாராத விதமாக அப்பா இறந்துவிட்டார். ஆகவே, தேர்வுக்குச் செல்ல முடியாமல் போனது. கிருஷ்ணா ராவ், ஓவியக் கல்லூரியில் முதல்வராக இருந்ததால் அப்பாவைப் பற்றி அறிமுகப்படுத்திச் சில மாணவர்களுடன் சேர்ந்து வகுப்பில் மௌன அஞ்சலி செலுத்தியிருக்கிறார். பின் நாட்களில் என்னுடைய வகுப்புத் தோழர்கள் சொல்லித்தான் இந்த விஷயம் எனக்குத் தெரிய வந்தது.

அப்பாவை அடக்கம் செய்துவிட்டு வந்த அன்றைய மாலைப்பொழுதில் தனபாலும் எங்களைத் தேடிவந்தார். அதுதான் நேரடியாக தனபாலை முதன்முதலாகச் சந்திக்கும் தருணம். 'நாங்கள் எல்லோரும் இருக்கிறோம், சோர்வடையக் கூடாது, தொடர்ந்து படிக்கணும்' என்று ஆறுதலாகப் பேசிவிட்டுச் சென்றார். இந்தத் தொடர்பு விட்டுப்போகாமல் இருந்தது. எங்காவது எதிரில் வருவதைப் பார்க்க நேர்ந்தால் அன்பாக விசாரிப்பார்.

எழுபதுகளின் ஆரம்பத்திலிருந்தே பத்திரிகை, இதழ்களுக்குப் படம் போட ஆரம்பித்துவிட்டேன். அதையெல்லாம் அவர் பார்க்கிறாரா என்றுகூட எனக்குத் தெரியாது. ஒருமுறை, "பத்திரிகைகளுக்கு வரையரதோட இருந்துடக் கூடாது. படிப்பிலும் கவனத்தோட இருக்கணும். ஓவியத்தை அணுகுவதிலும் வெளிப்படுத்துவதிலும் கூர்மையாக இருக்கணும்," என்று

மனம் நோகாமல் அக்கறையுடன் பேசினார். கல்லூரி முதல்வர் பொறுப்பிலிருந்து கிருஷ்ணா ராவ் சென்ற பிறகு, தனபால் அந்தப் பொறுப்பிற்கு வந்தார். அப்போது கடைசி வருடம் படித்துக்கொண்டிருந்தேன். பத்திரிகை, இதழியல் துறைகளில் பணியாற்றியதால் உலக அளவில் வெளியாகும் இதழ்களையும், முக்கியமான ஓவியம் சார்ந்த புத்தகங்களையும் தொடர்ந்து படிக்கும் பழக்கம் எனக்கிருந்தது. கல்லூரி நூலகத்தில் இருந்தெல்லாம்கூட எடுத்துப் படித்திருக்கிறேன். சந்திக்கக் கிடைத்த ஆட்களும் புதிய பரிசோதனைகள் செய்பவர்களாக இருந்தார்கள். இதெல்லாம் எனக்குள் பெரிய தாக்கத்தை ஏற்படுத்தின.

வங்காளப் போர் ஆரம்பித்தபோது நாங்கள் கல்லூரி இறுதியாண்டு மாணவர்கள். மாணவர்களுக்கான தேசியச் சுற்றுலாவைக் கூடப் போரைக் காரணம் காட்டித் தவிர்த்து விடுவார்களோ என்று நினைத்தோம். கோபால், சண்முக சுந்தரம், சுரேந்திரன் போன்றவர்கள்தான் அழைத்துக்கொண்டு சென்றார்கள். ஆசிரியர்கள், மாணவர்கள் என்ற பாகுபாடே இருக்காது. அந்தச் சுற்றுலா மிக மகிழ்ச்சியாக இருக்கும்.

1972இல் தனபால் முதல்வராகக் கல்லூரிக்குள் வருகிறார். 1973இல் கல்லூரியை முடித்துவிட்டு நான் வெளியில் செல்கிறேன். கமர்ஷியல் பெயிண்டிங்கில் கவனம் செலுத்தியதால், எனக்கான வழிமுறைகள் வேறானதாக இருந்தது. ஆனாலும், இதிலொரு சந்தோசம் எனக்கு இருக்கிறது.

கல்லூரியில் முதல் மாணவனாகவும், தங்க விருதைப் பெறும் மாணவனாகவும் தேர்ந்தெடுக்கப்பட்டிருப்பதால் குறிப்பிட்ட தேதியில் வந்து அதைப் பெற்றுக்கொள்ளுமாறு கல்லூரியிலிருந்து எனக்கொரு கடிதம் வந்திருந்தது. அதைப் பார்த்ததும் எல்லையில்லா மகிழ்ச்சியும் ஏற்பட்டது. ஏனென்றால், கல்லூரியை முடித்த அடுத்த நாளே ஒரு விளம்பர நிறுவனத்தில் சேர்ந்துவிட்டேன். அச்சு இதழ்களினால் பரவலான பெயரும் எனக்கிருந்தது. இதையெல்லாம் மீறி ஓவியக் கல்லூரியில் எனக்கான அங்கீகாரம் கிடைப்பது பெரிய கௌரவம். அந்த மனநிலையை முழுவது மாகக் கொண்டாடினேன்.

அப்பா மரணித்த ஐந்து ஆண்டுகளுக்குப் பிறகுதான் தனபாலைப் பார்க்கிறேன். திக்குத் தெரியாமலிருந்த நேரத்தில் அவர் கொடுத்த ஆறுதல்கள் மறக்கமுடியாதவை. இடைப்பட்ட காலங்களில் கிருஷ்ணா ராவ், ஆசிரியராகவும் முதல்வராகவும் பெரிதாக என்னைப் பாதித்திருக்கிறார். கல்லூரிப் படிப்பை

முடிக்கும் தருணத்தில் சிறந்த மாணவருக்கான தங்க விருதை தனபாலின் கைகளாலேயே வாங்கினேன்.

"இது தங்கத்தால் செய்தது இல்ல. நம்ம காலேஜ்லயே ப்ரான்ஸ்சால செய்தது. ஆனா தங்க விருதா இதை நெனச்சிக்கோ. உங்க அப்பாவால இங்க தொடர்ந்து படிக்க முடியல. ஆனா, நீ இங்க சேர்ந்து அவருக்கும் சேர்த்து படிச்சிட்டே. இந்த விருது உனக்குக் கெடைக்கறதுல எனக்கு ரொம்பவும் சந்தோசம். தொடர்ந்து வொர்க் பண்ணு ..." என்று சொல்லித் தங்க மெடலைக் கொடுத்தார்.

பகல் இருட்டுடன் கூடிய அந்தக் கட்டடத்தின் இரண்டாவது மாடியில், தேக்கு மரத்தால் செய்யப்பட்ட மேசையும் நாற்காலியும் அவ்வளவு அழகாக இருக்கும். அந்த இடத்தில் வைத்துத்தான் தங்கப்பதக்கத்தைக் கொடுத்தார். கல்லூரி படிக்கும்போது புகைப்படம் எடுப்பதைப் பகுதிநேரத் தொழிலாகக் கொண்டிருந்தேன். என்றாலும் அந்தச் சூழலை எல்லாம் ஃபோட்டோ எடுக்காமல் விட்டது பெரிய இழப்புதான். அந்தோனிதாஸ், அல்ஃபோன்ஸ், சந்தானராஜ், சண்முக சுந்தரம் போன்றவர்கள் எல்லாம் இருந்த நேரம் அது. முதல் வகுப்பில் நுழைந்தபோது ராம் கோபால் மாஸ்டர் பென்சில் பிடித்த வாகும், ஒரே இழையில் உருவத்தைக் கொண்டு வந்ததும் மலைப்பாக இருந்தது. பல ஆண்டுகள் கழித்து கோபால் மாஸ்டர், அல்ஃபோன்ஸ் போன்றவர்கள் இருக்கும்போது என்னைக் கல்லூரிக்கு அழைத்தார்கள். ஆனால், மறுபடியும் போகமுடியாமலே போய்விட்டது.

எனக்கு மட்டுமே அல்ல சந்தானம், ஸ்ரீபதி என நிறைய பேருக்கு வேண்டிய நேரத்தில் தனபால் சரியான திசையைக் காட்டி இருக்கிறார். ஸ்ரீபதி 67இல் கல்லூரியில் சேர்ந்து படிப்பைத் தொடர முடியாமல் போனவர் மீண்டும் நான்கு வருடங்கள் கழித்துக் கல்லூரியில் படிக்க வந்தார். இரண்டு வருட பிரமோஷனில் என்னுடைய வகுப்பிற்குதான் வந்து சேர்ந்தார். இவர் பின் நாட்களில் ஸ்ரீனிவாசுலுவுக்குப் பிறகு தனபாலுடன் சேர்ந்து கலாஷேத்ராவில் பணியாற்றினார். முரளிதரன் அப்போது ஓவியக் கல்லூரியில் சேர விரும்பினார். ஆனால், விண்ணப்பப் படிவம் பெறுவதற்கான தேதி முடிந்திருந்தது. என்னுடைய நண்பனுக்காக வாங்கிய விண்ணப்பப் படிவம் வீட்டில் இருந்தது. அதை முரளிக்குக் கொடுத்து உதவினேன். பின்னர் அவர் ஓவியக் கல்லூரியில் சேர்ந்தார். டக்ஸ், ட்ராட்ஸ்கி மருது போன்றவர்கள் எல்லாம் முரளிக்கு வகுப்புத் தோழர்களானார்கள்.

கும்பகோணம் கல்லூரிக்குச் சென்றுவிட்ட பிறகு தனபாலைப் பார்ப்பது அபூர்வமாகிவிட்டது. அதன்பின் நீண்ட நாட்கள் கழித்து உடுப்பி ஹோட்டலுக்கு வெளியே ரவியுடன் அவரைப் பார்த்தது நினைவில் இருக்கிறது. அதன் பிறகு பல வருடங்கள் கழித்து அவருடைய நண்பர் ஒருவருடன் திடீரென வீட்டிற்கு வந்திருந்தார். அப்பொழுதுகூட ஒரு புகைப்படம் எடுத்துக்கொள்ள வேண்டுமெனத் தோன்றவில்லை. என்னுடைய அப்பாவுமே கூட எம்.எஸ். சுப்புலட்சுமி, கல்கி, சதாசிவம் போன்றவர்களுடன் நெருக்கமான நட்புறவில்தான் இருந்தார். அவர்களுமே கூட ஓரிரு புகைப்படங்கள் தவிர பெரிதாக ஒன்றும் எடுத்துக்கொள்ளவில்லை. அப்படியொரு யோசனையே இயல்பில் யாருக்கும் வரவில்லை. கிரகப் பிரவேசம், திருமணம் போன்ற வீட்டு நிகழ்வுகளில்கூடக் கலந்துகொண்டிருக்கிறார்கள். அப்பொழுதும்கூடப் புகைப்படங்கள் எடுத்துக்கொள்ளவில்லை. நினைவுகள்தான் பதிவுகள் என்றிருந்த காலம் அது.

பயணமாக எந்த ஊருக்குச் சென்றாலும் முதலில் அந்த நிலத்தையும் அதன் மனிதர்களையும் வரைந்துவிட்டுத்தான் வேறு வேலைகளையே பார்ப்பேன். முழுவதுமாக வரையவில்லை என்றாலும் ஓரிரு கோடுகளாவது வரைய முயற்சி எடுப்பேன். அதிக நேரமும் இதற்காகச் செலவிட முடியாது. வேலை செய்ய ஆரம்பித்தால் வந்த வேலையையும் விட்டுவிடுவேன். வேலை கெட்டுவிடும் என்ற பயம் வேறு அடிமனத்தில் இருக்கும். வீட்டிலும் கூட ஏதாவது வரைந்துகொண்டே இருப்பேன். ஏர் பிரஷ்ஷில் வேலை செய்யும்போது வரைபடக் காகிதங்கள் காற்றில் பறக்காமல் இருக்க நட்டையும் போல்டையும் அதன்மீது வைப்பேன். ஒரு நிமிடக் கவனம் பிசகினாலும் என்னுடைய பையன் அவற்றையெல்லாம் எடுத்து ஏதாவது பொம்மைகள் செய்துவிடுவான். சமயத்தில் நான்கூடச் சத்தம் போட்டுவிடுவேன். திடீரென தனபால் வந்திருந்தபோது மகனைப்பற்றி விசாரித்தார். உடனே அவன் செய்துவைத்திருந்த ஒட்டகம் போன்ற பொம்மையைக் கொண்டுவந்து காட்டினேன். அவற்றைப் பார்த்து சந்தோஷப்பட்டார். ஒன்றாம் வகுப்பு படித்துக்கொண்டிருந்த அவனை உற்சாகப்படுத்தினார். தான் செய்துவைத்திருந்த வேறுசில பொம்மைகளையும் கொண்டு வந்து அவன் காட்டினான். மிகவும் மகிழ்ந்து போனார். ஓவியப் பயிற்சிக்கு என்னுடைய மகனை அவரிடம் அனுப்பிவைக்கச் சொன்னார்.

இந்தச் சம்பவம் நடந்த சில காலங்களில் என்னையும் தனபாலையும் கவர்னர் மாளிகையில் நடந்த ஓவியப் போட்டிக்கு நடுவர்களாக அழைத்திருந்தார்கள். "தனபால் மட்டுமே நடுவராக

சிற்பி தனபால் 39

இருக்கட்டும். நான் வேண்டுமெனில் வந்துபோகிறேன்" என்று அந்தக் கமிட்டியில் மிகத் தாழ்மையுடன் கேட்டுக்கொண்டேன். ஆனால், என்னையும் நடுவராக அழைத்திருந்தார்கள். ஒரு ஓவியரையும், கோட்டுச் சித்திரக்காரரையும் நடுவராக அவர்கள் தேர்ந்தெடுத்து இருக்கிறார்கள். விழா நாளன்று மிகுந்த பாதுகாப்பு ஏற்பாடுகளுடன் காரிலேயே இருவரையும் அழைத்துக்கொண்டு சென்றார்கள்.

போட்டிக்கு வந்த ஓவியங்களிலிருந்து பரிசுக்குரிய ஓவியத்தைத் தேர்ந்தெடுக்க வேண்டும்; அவ்வளவுதான் எங்களுடைய வேலை. ஓவியங்களை அவர் தேர்ந்தெடுத்தார். நானும் பார்த்துக்கொண்டே இருந்தேன். அவர் தேர்ந்தெடுத்த ஓவியங்களைக் காட்டிக் கருத்து கேட்டார். 'நீங்க தேர்ந்தெடுத்தா சரியாகத்தான் இருக்கும் சார்' என்றேன். இப்படியே ஏதாவது சொல்லி நான் எதையும் தேர்ந்தெடுக்காமல் அவருக்கு உதவியாளராக இருந்துவிடலாம் என்று நினைத்தேன்.

"நீ என்ன இப்படி இருக்க? உனக்கு என்ன பிடிக்குதுன்னு சொல்லு? உனக்குப் பிடிச்சத தேர்ந்தெடு ... உன்னோட பங்கும் இதில் இருக்கணும் இல்ல ..." என்று அன்பாகக் கண்டித்தார். வயதிலும் ஓவியத் தேர்ச்சியிலும் குறைவான அனுபவமே இருந்தாலும், தன்னிடம் படித்த மாணவராக இருந்தாலும் சமமாக வைத்துப் பார்க்கும் குணம் எல்லோருக்கும் வாய்க்காது. தனபாலைப் பற்றி நினைக்கும்போது மனிதர்களைக்கொண்டாடும் அவருடைய இயல்புதான் ஞாபகத்திற்கு வருகிறது.

2000 ஆண்டில் தனபால் மறைந்த செய்தி எனக்கு வந்து சேர்ந்தபோது வெளியூர் பயணத்தில் இருந்தேன். நேரில் பார்த்து அவருக்கு அஞ்சலி செலுத்த முடியாமலே போனது. மைலாப்பூரும் மந்தவெளியும் இப்போது நிறையவே மாறிவிட்டன. எதிர்ப்படும் மனிதர்கள் எல்லாம் புதிதாக இருக்கிறார்கள். அவசர அவசரமாக ஓடிக்கொண்டிருக்கிறார்கள். நினைவின் பதிவுகளைக் கிளறி எனக்கான மனிதர்களின் முகங்களை எப்போதும் தேடிக்கொண்டிருக்கிறேன். அதில் சிற்பி தனபாலின் முகமும் ஒன்று.

4

எம். ஜெயக்குமார்

ஓவியர், கலை இயக்குநர்

தனபாலின் வீட்டிலேயே தங்கியிருந்து, ஓவியக் கல்லூரிக்கு வந்து படித்த நிறைய மாணவர்கள் உண்டு. எங்கெங்கோ தமிழகத்தின் தொலைதூரக் கிராமங்களில் இருந்து சென்னைக்கு வந்து தனபாலின் குடைநிழலில் உருவான ஓவிய ஆளுமைகள் இன்றும் நம்முடன் இருக்கிறார்கள். ஓர் ஆசிரியராகவும், சகமனிதராகவும், குருவாகவும் அவருடன் நெருங்கிப் பழகும் சந்தர்ப்பங்கள் அவர்களுக்கு இயல்பாகவே வாய்த்திருக்கும். அதுபோன்ற தருணங்கள் பெரிதாக எனக்குக் கிடைக்கவில்லை. எனது குடும்பப் பின்னணியும் அதன் காரணிகளில் ஒன்று.

வியாசர்பாடி அப்போது ஒரு கிராமம் போலவே இருந்தது. வகுப்புவாதம், சாதியப்படிநிலை, வன்முறைகள் என எதற்கும் அங்கு குறைவிருக்காது. வேற்று சமூகத்தைச் சேர்ந்த ஒரு நபர் பிற சமூகத்தைச் சேர்ந்தவர்களின் தெருவுக்குள் கட்டற்று வந்துவிட முடியாது. அப்படியே மீறி வந்தாலும் காலணிகள் அணிந்து வரக்கூடாது. யாரேனும் அப்படி வந்துவிட்டால் பெரிய பிரச்சினையே நடக்கும். சம்பவங்களை நினைவுகூர்கையில் அவ்வாறு வந்த ஓரிருவர் கடுமையாகத் தாக்கப்பட்டதைச் சிறுவயதில் பார்த்தது கண்முன்னால் வருகிறது. புறச்சூழல் இதுபோல இறுக்கமானதாகவே எனக்கு அமைந்தது.

இதற்கு நேர்மாறாக, வீட்டிலுள்ள பெண்கள் இறைநம்பிக்கையையும் மரபையும் கடைப் பிடிக்கக்கூடிய நெகிழ்வானவர்களாக இருந்தார்கள். குரலெழுப்பிப் பேசாத, வற்றாத அன்பினை

எல்லோர்க்கும் வழங்குபவர்களாகத் தோற்றம் அளித்தார்கள். திருப்பாவை, திருவெம்பாவை செய்யுள்களைப் பாடியவாறே தினந்தோறும் என்னுடைய அம்மா காலைப் பொழுதில் பூஜை செய்வார்கள். ஒருநாளும் அவர் பூஜை செய்யத் தவறியதில்லை. அம்மாவின் முந்தானையைப் பிடித்துக்கொண்டு சுற்றிவரும் ஒருவனாகவே சிறுவயதில் இருந்தேன். இந்தச் சூழல் களுக்கு நடுவில்தான் வளர்ந்து வந்தேன்.

கோடுகள், கீற்றுகள், நெளிவுகள் என யோசிக்கத் தொடங்கினால் முற்றத்தில் புள்ளிவைத்துக் கோலம் போடுவதுதான் ஞாபகத்திற்கு வருகிறது. கோலம் போடுவதென்பது அம்மாவுக்குக் கைவந்த கலை. ஒவ்வொரு மார்கழி மாதத்தின் அதிகாலையிலும் முன் தெருவில் கோலம் போடும்போது அவர்களுக்குக் குடைபிடித்தவாறு நின்றுகொண்டிருப்பேன். வீட்டிலுள்ளவர்கள் எல்லோரும் தூங்கிக்கொண்டிருப்பார்கள். ஜான்பிள்ளை என்றாலும் ஆண்பிள்ளை என்பதால் காவலுக்கு நின்றிருப்பேன். கோடுகள் சார்ந்த புரிதலும் ஓர்மையும் அம்மாவிடமிருந்து வந்திருக்கலாம் என்று இப்போது நினைத்துக்கொள்கிறேன். கோலம் போடும்போது பக்திப் பாடல்களைத் தன்னை மறந்து அம்மா பாடுவார்கள். பனிக்காலத்தின் அதிகாலையில் அந்தப் பாடல்களைக் கேட்பதற்கு மிக இனிமையாக இருக்கும். இசையும் நாட்டியமும், கலைகளைப் போஷிப்பதும் வாழ்வின் இயல்பாகக் கருதிய குடும்பப் பின்னணி அவருடையது. எனினும் கலைசார்ந்த துறைகளில் யாரும் தம்மை முழுமையாக இணைத்துக்கொள்ளவில்லை.

மிஷனரிப் பள்ளிகள் பெருகிக்கொண்டிருந்த காலத்தில் இந்து தியோலஜிக்கல் பள்ளி ஒன்றைச் சென்னையில் தொடங்கினார்கள். தாய்வழிப் பாட்டனார் அந்தப் பள்ளியில்தான் என்னைக் கொண்டுபோய்ச் சேர்த்தார். பிராமணர்களும் பிற்படுத்தப்பட்ட சைவர்களும் தங்களுடைய பிள்ளைகளை விரும்பிச் சேர்த்த பள்ளி அது. அசைவ உணவுகளைக் கொண்டு சென்றால் மைதானத்திலோ, கழிவறைக்கு அருகிலோதான் கொண்டுசென்று சாப்பிட வேண்டும். சுயஒழுக்க மதிப்பீடுகளுக்கு மிகுந்த முக்கியத்துவம் கொடுத்த பள்ளி அது. அதி அற்புதமான ஆசிரியர்களும் எங்களுக்குக் கிடைத்தார்கள். கீழ்ப்படிதலுக்கும், கல்வி ஒழுக்கத்திற்கும் கவனம் கொடுத்து மாணவர்களை உருவாக்கிய கல்விக்கூடம் அது. நுண்கலைகளைத் தேர்ந்தெடுத்த மாணவர்களுக்கு அதற்கெனச் சிறப்பு ஆசிரியர்களை வரவழைத்துக் கற்றுக்கொடுத்தார்கள். பள்ளிக் கல்வியை அங்கு நிறைவுசெய்ததும் அரும்பாக்கத்திலுள்ள டி.ஜி. வைணவக் கல்லூரியின் இயற்பியல் துறையில் சேர்ந்துவிட்டேன்.

குடும்பத்தின் பெரியவர்கள் என்னை மருத்துவனாக்கிப் பார்க்க ஆசைப்பட்டார்கள். எனக்கோ விருப்பம் இல்லாமல்தான் கல்லூரிக்குச் சென்றுகொண்டிருந்தேன். படிப்பிலும் மிகமோசமாகவே மதிப்பெண்கள் பெற்றேன். கல்லூரியில் நிகழும் கவிதைப் போட்டிகளில் பங்கெடுத்துப் பரிசுகள் வாங்கியதுதான் ஒரே ஆறுதல். அப்போதெல்லாம் கொஞ்சம்போல வரையவும் செய்வேன்.

ஒருமுறை, தமிழ் வகுப்பிற்குப் பாடம் நடத்தவந்த எம்.பி. சீனிவாசன் என்ற பேராசிரியர், "உனக்குதான் படிக்க வரல இல்ல. ஆனா, நல்லா வரையறியே! ஓவியக் கல்லூரியில போயி சேர வேண்டியதுதானே?" என்றார்.

அந்த வார்த்தைகள் என்னைத் துளைத்துக்கொண்டே இருந்தன. தாய்வழி உறவுமுறையில் தோட்டா தரணி எங்கள் குடும்பத்திற்கு நெருக்கமான பழக்கம். அவரை முன்னுதாரண மாகக் கொண்டு, மறுநாளே ஓவியக் கல்லூரிக்குச் சென்று விண்ணப்பம் வாங்கி எழுதிப்போட்டுவிட்டேன். அப்பாவுக்குத் தெரியாமல் விண்ணப்பத்தில் அம்மாவிடம் கையொப்பமும் பெற்றுச் சேர்ந்துவிட்டேன்.

மாணவர்கள் எல்லாம் கூடிப்பேசி சிற்பம், ஓவியத் துறையில் சேர்ந்தால் வேலை கிடைக்காது, ஆகவே கமர்ஷியல் ஆர்ட் துறையில்தான் சேரவேண்டுமென்று முடிவெடுத்தோம். என்னைச் சமாதானப்படுத்த கிருஷ்ணாராவ் எவ்வளவோ முயற்சி செய்தார். நானோ பிடிவாதமாக கமர்ஷியல் ஆர்ட் பிரிவில்தான் சேர்ந்தேன்.

கிருஷ்ணாராவ்தான் அப்போது கல்லூரியின் முதல்வராக இருந்தார். அல்ஃபோன்சா, ஆர்.பி. பாஸ்கரன், விஸ்வநாதன், எல். முனுசாமி, சந்தானராஜ் எனப் பலரும் எங்களுக்கு ஆசிரியர்களாக இருந்திருக்கிறார்கள். கண்ணுக்கு எதிரில் இவர்கள் எல்லோரும் மாயஜாலம் நிகழ்த்துவார்கள். அதிலும் ஆர்.பி. பாஸ்கரன் லண்டனுக்குச் சென்று லித்தோகிராஃபி, கிராபிக்ஸ், பிரிண்ட்டிங் எனப் படித்துவிட்டு உத்வேகத்துடன் பல புதுமையான விஷயங்களை மாணவர்களின் கவனத்திற்குக் கொண்டுவந்தார்.

மணியம் செல்வன் இரண்டு வருடங்களுக்கு முன்பே கல்லூரியில் சேர்ந்து, குடும்பச் சூழலால் படிப்பைத் தொடர முடியாமல் அதன்பிறகு எங்களுடன் சக மாணவராகப் படிப்பைத் தொடர்ந்தவர். சத்யேந்திரன், திருப்பூர் முனுசாமியின் மகன் பாலு போன்றவர்கள் என்னுடன் சக வகுப்புத் தோழர்களாகப்

படித்தவர்கள்தான். மருதகாசியின் மகன் பொன்முடி, சந்ரு ஆகியோர் ஒரு வருடம் மூத்த மாணவர்கள். ட்ராட்ஸ்கி மருது, முரளிதரன், டக்லஸ், இயக்குநர் மனோபாலா போன்றவர்கள் எங்களுக்குப் பின்னால் கல்லூரியில் நுழைகிறார்கள்.

அதிலும் ஓவியர் சந்ரு, மருதகாசியின் மகன் பொன்முடி போன்றோர் எனக்கு ஓராண்டு மேல்வகுப்பில் படித்தாலும் கருத்தொற்றுமையினால் ஒன்றாகவே இருப்போம். இலக்கியம், சினிமா, இசை, கலை என எங்களின் உரையாடல் பல தளங்களிலும் விரிந்திருந்தது. பதினாறு வயதிலிருந்தே ஜெயகாந்தன் தனிப்பட்ட முறையில் எனக்கு அறிமுகம். மருதகாசி, கண்ணதாசன் போன்றவர்களின் தொடர்பு கலைசார்ந்த நட்பு வட்டத்தைப் பரவலாக்கியது. அதனால் விசாலமான உரையாடல்கள் எங்களுக்குச் சாத்திய மாகின. எதை வரையலாம், எந்தக் கருத்தை அதில் சொல்லலாம் என்ற புரிதலுக்கு நகர அதுபோன்ற உரையாடல்கள் பெரிதும் உதவின. புதிதாகப் பரிசோதனைகள் செய்தால் ஆர். பி. பாஸ்கரன் மிகுந்த உற்சாகப்படுத்தி மாணவர்களுக்கு ஊக்கம் கொடுப்பார்.

கிருஷ்ணா ராவின் மகன் என்னுடைய கல்லூரித்தோழன் என்பதால் அடிக்கடி அவர்களுடைய வீட்டிற்குச் சென்று நேரம் கழிப்பேன். கல்லூரியின் வளாகத்திலேயே அவர்களின் வீடும் இருந்தது. விடுமுறை தினங்களிலும்கூட அவர்களின் வீட்டிற்கு வந்துவிடுவேன். அதனாலேயே, எங்களில் சிலர் கிருஷ்ணாராவின் உள்வட்டத்தில் இருக்கும் மாணவர்களாகக் கருதப்பட்டோம். என்றாலும் கல்லூரி முதல்வர் பதவி நீட்டிப்பு வழங்கவேண்டி கிருஷ்ணாராவ் விண்ணப்பித்தபோது அவரை எதிர்த்துக் கல்லூரி மாணவர்கள் முன்னெடுத்த போராட்டத்தில் நானும் பங்கெடுத்தேன். கிருஷ்ணா ராவ் முதல்வர் பதவியிலிருந்து ஓய்வுபெற்றுச் செல்லவும், கும்பகோணம் கல்லூரியின் துணை முதல்வராக இருந்த தனபால் மாஸ்டர் சென்னை கவின் கலைக் கல்லூரிக்கு முதல்வராக வந்தார்.

(கலைஞர்களுக்கான நல்கையில் தமிழ்ச் சூழலிலிருந்து முதன்முதலாக பிரிட்டனுக்குச் செல்லும் வாய்ப்பு கிருஷ்ணா ராவுக்குக் கிடைக்கிறது. குடும்பச் சூழலின் காரணமாக அவர் செல்ல மறுக்கவே அந்த வாய்ப்பு எல். முனுசாமிக்குக் கிடைந்தது. பின்னாட்களில் ஆர். பி. பாஸ்கரன், தட்சிணாமூர்த்தி ஆகியோர் சென்றிருக்கிறார்கள். கல்விச் சூழலுக்கு வெளியிலிருந்து நானும் அவ்வாறு அழைக்கப்பட்டிருக்கிறேன்.)

அந்தச் சமயத்தில் கல்லூரியின் நண்பர்கள் ஒன்றுசேர்ந்து கிறுக்கல்கள் என்ற இலக்கிய மன்றமும், அதே பெயரில் சிற்றிதழ்

ஒன்றையும் தொடங்க நினைத்தோம். தொடக்க விழாவுக்குக் கவிஞர் கண்ணதாசனை அழைப்பதாகவும் முடிவு செய்தோம். சில தடங்கல்களால் அதனைத் தொடர்ந்து முன்னெடுக்க முடியாமல் போனது. நவீன ஓவியக்கலை இயக்கம் சார்ந்த எழுத்தாக்கப் பணிகள் இன்றுவரையிலும் போதாமையுடன்தான் இருக்கின்றன. ஆங்கில மொழித்திறன் உள்ளவர்கள் மட்டுமே நவீன ஓவியம் சார்ந்த அடுத்தடுத்த புரிதல்களை நோக்கி நகரும் வாய்ப்பு மட்டுமே இச்சூழலில் இருக்கிறது. தமிழ் மட்டுமே தெரிந்தவர்கள் சுயமாக ஓவியத்தைப் பார்த்துப் புரிந்துகொள்கிறார்கள் அல்லது நண்பர்களிடம் கேட்டு நவீனப் போக்கைப் புரிந்துகொண்டு செயல்பட முனைகிறார்கள்.

ஓர் ஆசிரியராகவும், கல்லூரி முதல்வராகவும் தனபாலுடனான எனது அனுபவங்கள் மிகக் குறைவு. ஒட்டி உறவாடி மகிழும்படியும் இல்லாமல், வெட்டிக்கொண்டு விலகிச்சென்ற கசப்பும் இல்லாமல் பட்டும் படாமலும்தான் அந்த உறவு எனக்கு அமைந்திருக்கிறது. மாணவர்களுக்கே உரிய துடுக்குத்தனத்தை நான் வெளிப்படுத்தியதுண்டு. ஆசிரியர்களுக்கே உரிய அதிகாரத் தோரணையும் ஆளுமையும் அவரிடமிருந்து வெளிப்பட்டதுண்டு.

படைப்பாக்கம் சார்ந்து எல்லோரும் தனபால் மாஸ்டரின் ஔவையார் சிலையை வியந்து போற்றுவார்கள். எனக்கு அதில் உடன்பாடு இல்லை. ஔவையார் சிலையைக் காட்டிலும் அவர் செய்த பெரியார் சிலைதான் ஆகச்சிறந்த படைப்பாக எனக்குத் தோன்றுகிறது. காந்தி, காமராஜர், சர்வ பள்ளி ராதாகிருஷ்ணன் ஆகியோரது சிலைவடிப்பும் அபாரமான ஆக்கங்கள்.

கவர்னர் மாளிகையில் வருடந்தோறும் ஓவியப் போட்டியை ஏற்பாடு செய்வார்கள். நடுவராக தனபாலை நியமித்திருக் கிறார்கள். இன்னொரு நடுவராகச் செயல்பட அவர் என்னைப் பரிந்துரை செய்திருக்கிறார். அவருடைய நெருக்கத்திலும் நிழலிலும் இல்லாதபோதும் என்னை அடையாளப்படுத்த முன்வந்திருக்கிறார். கவர்னர் மாளிகையின் விருந்தினராக அவருடன் சென்றுவந்ததை மறக்கவே முடியாது.

தனபால் சார்ந்து என் வாழ்வின் மிகப்பெரிய சந்தோஷம் எனில் அதைச் சொன்னால் துயரமான ஒன்றாகத்தான் இருக்கும். தனபால் இறந்த செய்தியைக் கேட்டு அவர்களுடைய வீட்டிற்கு ஓடுகிறேன். இறுதி மரியாதையைச் செலுத்திவிட்டு வெளியில் இருந்த ஓவிய நண்பர்களுடன் நின்றுகொண்டிருந்தேன். பூதவுடலைக் கொண்டுவந்து சாலையில் வைக்கப்பட்டிருந்த மேசையில் கிடத்துகிறார்கள். தனபாலின் ஒரே மகளான ரேவதி

அந்தச் சாலையில் உட்கார்ந்துகொண்டு தந்தையின் இறுதிப் பயணம் தொடங்க இருப்பதைத் தாங்கமுடியாமல் குரலெழுப்பிக் கதறி அழுதார். இந்த அன்பு எல்லாக் கலைஞர்களுக்கும் கிடைக்க வேண்டுமென்று எண்ணங்கள் ஓடின. எனக்கென மரணம் சம்பவிக்கும்போது இப்படியானதொரு மரணம்தான் நிகழ வேண்டும், என்னுடைய மகளும் இதுபோல அழ வேண்டும் என்று நினைத்துக்கொண்டேன்.

செந்தீயில் அவரது உடலை அனுப்பும் வரையிலும் உடனிருந்தேன். பாதங்கள் இரண்டும் மின்மயானக் கொப்பரை யில் செல்லவும் கதவுகள் மூடிக்கொண்டன. பாதரேகைகள் கண்களுக்குப் புலப்படுவதில்லை. யாரும் அதைப் பொருட்டாக வும் நினைப்பதில்லை. தனபாலை நினைக்கையில் எண்ண ரேகைகள் எங்கெங்கோ செல்கின்றன. ஆனால், இறுதியில் வந்து நிற்பது கடைசியாகப் பார்த்த பாதங்கள்தான். அவை வணக்கத்துக்கு உரியவை.

5

சந்ரு
ஓவியர், சிற்பி, எழுத்தாளர்

தனபால் (1919–2000) சென்னை கலை மற்றும் கைவினைத் தொழில் பள்ளியில் முதல்வர் தேவி பிரசாத் ராய் சௌத்ரியின் மாணவராகக் கலைப் பயிற்சி முடித்து அக் கல்லூரியில் கலைப் பயிற்றுநராகப் பணியில் சேர்ந்தார்.

தனபால் நமது நாட்டியக் கலை மரபில் சிறந்தவர். அஜந்தா ஓவியர்களைப் போல் குறைந்த கோடுகளில் காட்சித் தோற்றங்களை நயம்படச் சித்திரித்தவர். ஐரோப்பியக் கலை மரபில் சிறப்பாக ஓவியமும் சிற்பமும் செய்தவர். மேலும் பரிசோதனை முறையில் நவீனப் பாணி சிற்ப, ஓவியங்கள் படைத்தவர். சென்னை நுண்கலைக் கல்லூரியின் முதல்வர் பணியிலிருந்து ஓய்வு பெற்று தனது வாழ்வின் இறுதிவரை சிறந்த கலைஞராகவும் கலைப் பயிற்றுநராகவும் வாழ்ந்தவர்.

காலனிய இந்தியக் கலைப் பள்ளிகளின் துவக்கமும், சுதந்திர இந்தியக் கலை வளர்ச்சியும்

புலம்பெயர்ந்தவர்கள் தங்களுடைய வீடுகளில் தாய்மொழியில் பேசுவதும், அவர்களின் வாரிசுகள் பெற்றோரின் தாய்மொழி கலந்து ஓர் அன்னிய மொழியில் பேசுவதும் யதார்த்தம். இதற்கு நேர் காலனிய இந்திய மற்றும் சுதந்திர இந்தியப் பின் காலனியக் கலைப் போக்கு எனலாம். ஆங்கிலேயர் ஆட்சியின் கீழ் நமது தேச சுதந்திரப் போராளிகள், பெரும் புரவலர்கள், கல்வியாளர்கள், கலை, இலக்கியவாதிகள், அரசு அதிகாரிகள், சாதி, மதக் காவலாளர்கள் மத்தியில் ஐரோப்பிய மொழி, கலை, கலாச்சாரம், நடை, உடை பாவனைகள் கௌரவ

அடையாளமாக விளங்கியது. உலகச் சந்தையில் இந்தியக் கலை, கைவினைப் பொருள்களுக்கான வரவேற்பு, மற்றும் ஐரோப்பிய புதிய தொழில்நுட்ப இயந்திரங்களுக்கான பணியாட்கள் தேவையுமாக 1850களில் ஆங்கிலேய அரசு சென்னையிலும் ஒரு கைவினைப் பயிற்சிப் பள்ளியைத் தொடங்கியது. அத்தகைய பள்ளிகளில் கலைப் பயிற்சி முறையாக ஐரோப்பியக் கலை மரபையும், இந்தியக் கலை மரபையும் ஒருங்கிணைய அளிப்பதில் ஆங்கிலேய அதிகாரி இ.பி. ஹேவலும் ஓவியர் அபநின்ரநாத் தாகூர் போன்றோர் ஆர்வம் காட்டினர். உலகச் சந்தையும், நமது சமூகப் பின்புலமும் பரவலாக ஐரோப்பிய கலைப் பாணியில் சீதா ராமர்களும் அஜந்தா கலைப் பாணியில் பாரத மாதாக்களும் இருவேறு செவ்வியல் கலைப் பாணிகளாக வளர்ந்தன. இவற்றில் அரசியல் தலைவர்கள், விவசாயம், கூலித் தொழிலாளர்களின் உருவங்களும் அடங்கும். இச்சூழலில் வங்கக் கலைப் பள்ளி சிற்பி ராய் சௌத்ரி சென்னை கலை மற்றும் கைவினைப் பள்ளிக்கு முதல்வராக வந்தார், அவரிடம் மாணவராக தனபால் கலை பயின்றார்.

முதல்வர் தனபாலின் மாணவர் சந்ரு

1967–68களில் சென்னை ஓவியக் கல்லூரி மாணவர் போராட்டம் முன்வைத்த முக்கியக் கோரிக்கைகள்:

1. மாணவர்களுக்கு விடுதி வேண்டும்.

2. மாணவர்களுக்கான கல்விச் சுற்றுலாவும் இலவச வரைபொருள்களுக்கான தொகையையும் அதிகரித்து வழங்க வேண்டும்.

3. மாணவர்களின் கலை வளர்ச்சியில் ஆர்வம் கொண்ட முதல்வர் வேண்டும் என்பவை.

1969–70களில் தனபால் கும்பகோணம் கல்லூரியில் இருந்து வந்து சென்னை கல்லூரியில் முதல்வராகப் பணியில் அமர்ந்தார். அவரது வருகையால் மகிழ்ச்சி அடைந்தவர்களும் அவருக்கு நெருக்கமான சிலர்மீது வெறுப்பு அடைந்தனர். ஓவியக் கல்லூரி தமிழன், சோழ மண்டலம், மலையாளி மற்றும் எதிரும் புதிருமான ஓவியர் சங்கங்கள் என அன்றைய சூழலில் கலைத் துறையில் ஓர் அதிகாரச் சாயலாகவே தனபாலை நாம் கண்டோம்.

1971இல் நாம் மூன்றாம் ஆண்டு மாணவன். அன்று ஆசான் கன்னியப்பன் அவர்கள் எமது ஓவியப் பயிற்சிப் புத்தகத்தை முதல்வர் தனபாலிடம் காட்டினார். அதில் நாம் கோவில் சிற்பங்களைப் பார்த்து வரைந்த கோட்டு ஓவியங்களைச் சுட்டிக்காட்டிய முதல்வர் "ஓவியங்கள் நன்றாக இருக்கிறது.

அவற்றை பென்சிலால் வரையாமல் ஏன் பேனா கொண்டு வரைந்தாய்?"

நாம் "தன்னம்பிக்கை"

முதல்வர் "நன்று ... பிரஷ் கொண்டு வரையும் விளையாட்டும் நன்றாக இருக்கும்."

அவரது வாக்கு நமது பாக்கியம்.

அந்த ஆண்டு கல்லூரி மாணவர்களுக்கு இடையிலான சிற்பக் கலைப் போட்டியில் நமக்கு முதல் பரிசு வழங்கப்பட்டது, மேலும் ஆசான் கன்னியப்பன் விருப்பமும், முதல்வரின் இணக்கமும் கல்லூரி வளாகத்தில் நமது சிற்பத்தை சுமார் 6×6×6 அடி அளவில் செங்கல், சாந்து கொண்டு நிறுவியது

1972இல் கல்லூரி வளாகத்தில் மரச் சட்டங்களை நிறுத்தி வைத்துச் சக மாணவர்களுடன் உரையாடிக்கொண்டிருந்தோம். அப்போது வந்த அழைப்பை ஏற்று முதல்வர் முன்வந்து நாம் நின்றோம்.

முதல்வர் "உனது செயலைப் பார்த்தவர்கள் உனக்குப் பைத்தியம் பிடித்துள்ளது என்கிறார்கள்."

நாம் "படைப்பு மனம் என்பது ஓர் அனுபவம், படைப்பு என்பது வெற்றுச் சட்டம்."

முதல்வர் "உன்பேரில் என்னிடம் புகார் வராமல் நடந்து கொள்."

1973இல் சுடுமண் வகுப்பில் நமது கையில் நடந்து கொண்டிருந்த எறும்பைக் கண்ணாடி பிரதிபலிக்கும் நமது சாயலாகக் கண்டோம். அதன் தாக்கத்தை எதிர், எதிராக இரு எறும்புகளைப் பிணை உருவங்களாக மண்ணில் செய்தோம். அதைப் பார்த்த முதல்வர் "இந்த உருவத்தைப் பற்றிச் சொல்."

நாம் "சொல்வதற்கு இல்லை"

முதல்வர் "தாசி என்றாலும் உன் நோக்கத்தைச் சொல்ல வேண்டும்."

நாம் "எமது காதலிகளிடம் சொல்லாமல் பகிர்ந்துள்ளோம்."

முதல்வர் "கன்னியப்பா விரைவில் சந்ருவிற்குத் திருமணம் செய்துவை."

1984இல் சென்னை ரஷ்யன் கலாச்சார மையத்தில் 'குழந்தைகளுக்காக' என்ற நமது ஓவியக் கண்காட்சியில் 'வெற்றி' என்ற தலைப்பில் இருந்த படத்தைப் (மேஜைமீது பலவிதப் பழங்கள்

நிறைந்த படம், அதற்கு முன்பாக ஒரு கண்ணாடிப் பாத்திரத்தில் மூன்று மீன்கள், அதன் அருகில் கட்டுப் பல் ஒரு ஜோடி) பார்த்துச் சிரித்தபடி ஆசான் தனபால்,

"சந்ரு ... நீ இன்னும் விளையாட்டுப் பிள்ளையாகவே இருக்கிறாய்" என்றார்.

நாம் அவருக்கு நன்றி சொன்னோம்.

நாங்கள் இருவரும் ஆட்டோவிற்காக சோழா ஹோட்டல் முன்பாக நின்றோம்.

ஆசான் "கலை குறித்த உரையாடல்களில் சரியோ, தவறோ பிறர் மனம் நோகப் பேசாதே."

நாம் "என் அளவில் சரி, தவறு என்பவை இரு வேறாகவே இருக்கிறது அய்யா."

1990இல் ஆசான் கன்னியப்பன் அவர்களுடன் ஆசான் தனபால் அவர்களை மந்தவெளி வீட்டில் நாம் சந்தித்தோம்.

ஆசான் தனபால் "சந்ரு நீ சிறுவன் அல்ல, உனது மனைவி, பிள்ளைகளை நன்கு கவனித்துக்கொள்." என்றார்.

பின்பு ஒரு முறை குன்றத்தூர் சிற்பி மோகன் கலைக்கூடத்தில் நிகழ்ந்த சந்திப்பில் ஆசான் தனபாலும் நாமும் நலம் விசாரித்துக் கொண்டோம்.

நீண்ட இடைவெளிக்குப் பின் ஆசான் தனபால் இயற்கை எய்திய செய்தியை நாம் கேள்வியுற்றோம்.

சிற்பி தனபாலின் கலைப் படைப்புகள் – நமது பார்வை

கூகுள் பதிவாக ஆசான் தனபாலின் ஓவியம், சிற்பம் சிலவற்றைக் கவனித்தோம். வேறு அறையில் அமர்ந்து அவரது படைப்புகளை நினைவுகூரும் வேளையில் எங்கோ ஓர் அறையில், ஒருவர் துணி நெசவு செய்யும் ஒலி நமது கவனத்தில் விளைந்தது. அதில் நேர் மற்றும் குறுக்காகப் பாயும் நூல் இழைகளை உறுதி செய்துகொண்டோம்.

ஆசான் தனபாலின் 'மேரியும் குழந்தையும்' சிற்பத்தை வாசிக்கும் வகையில் அதன் உருவப்படத்தைக் கணினியில் பலமுறை மாற்றி அமைத்தோம். குருவனம் அருகே தாமிரபரணி ஆற்றின் குறுக்கே பாய்ந்து மிதந்துவந்த ஆகாயத் தாமரைக் கற்றையைக் கைப்பற்றினோம். கண்களுக்குப் புலப்படாது எங்கோ நீர் அலையாக மேரி, குழந்தை, ஆகாயத் தாமரை ஒன்று கலந்தன.

அகத்தில் ஆழ்ந்த அமைதியின் புறத்தோற்றமாக மலர்ந்தவை தனபால் அவர்களின் மீனவர் நாட்டிய பாவமும், சிற்பி தனபால் அவர்கள் உருவாக்கிய மகாத்மா காந்தி உருவச்சிலையும்.

நீண்டகால இடைவெளியில் சென்னை ஓவியக் கல்லூரி தோட்டத்தின் மத்தியில் காய்ந்த சுள்ளிகளைச் சேகரிக்கும் நமது பாட்டி நாராயணியைக் கண்ட நொடியில் வான் உயர்ந்து கடல் அலைகள் மணல் பரப்பில் சரியும். அவளோடு சோழர் காலச் சிற்பியின் காரைக்கால் பேய்மகளும் வந்தாள்.

நாம் "இவ் இருவர்களின் சாயலா நீ ?"

தனபால் அவர்கள் வடித்த சிலை மௌனம் காத்தது.

நாம் "உன்னைச் சங்க கால அவ்வை என்கிறது கலை விமரிசனம்?"

நீண்ட மௌனம் விளைவித்த நெருக்கடியில் நமது தடம் மாறியது.

நம்மைக் கைபேசியில் தொடர்புகொண்ட நண்பர் உதயக்குமார் "அய்யா தங்களது முகநூல் தகவல்களைப் படித்திருக்கிறேன். சிற்பி தனபால் அவர்கள் குறித்த தகவல்களை அவருக்கு நெருக்கமானவர்களிடம் பெற்று ஒரு தொகுப்பு கொண்டு வருகிறோம். அதில் தங்களது தகவலும் இடம்பெற வேண்டும் என்பது எங்கள் விருப்பம்"

நாம் "தனபால் ஆசானுடன் நமது தொடர்பைப் பதிவு செய்வதில் நமக்கும் விருப்பம்."

உதயா "அவசரமில்லை, தங்களது எழுத்துகளுக்கும் பக்கங்களுக்கும் தடையில்லை."

இந்த உரையாடலில் ஆசான் தனபாலின் பேனா ஒரு காகிதத்தில் திராட்சைக் கொத்துகளைத் தீர்மானித்துக் கொண்டிருந்தது. அப் பழங்களுக்கான கோடுகள் காகித ஓரங்களில் வான்காவின் வயல்வெளிக் காக்கைகளாகப் பறந்தன.

நாம் "உதயா . . . ஆசான் தனபால் வரைந்த அந்த ஸ்டில் லைப் டிராயிங்கின் அச்சுப் பிரதி எமக்குக் கிடைக்குமா ?"

உதயா "என்னிடம் இல்லை, ஆசானது பையன் ரவியிடம் இருந்தால் பெற்றுத் தருகிறேன்."

நாம் "நல்லது . . ."

6

மோனிகா

எழுத்தாளர், ஓவியர்

வரலாற்றாசிரியர்களும் சுற்றுலாப் பிரயாணிகளும் தாம் செல்லும் இடங்களைக் கண்டு வியப்பிலாழ்வது, புகைப்படமெடுப்பது, சுற்றுலாக் கையேடுகளில் குறிப்பெடுத்துக்கொள்வது, பயணம் குறித்த கட்டுரைகளையும், கலைப்பொருட்கள் குறித்த வர்ணனைகளையும் பதிவு செய்வது எனப் பல்வேறு விதமாகத் தமது விமர்சனங்களையும் உணர்வுகளையும் வெளிக்கொண்டு வருகிறார்கள். அதெல்லாம் நாம் புரிந்துகொள்ளக்கூடிய எதிர்வினைகள். அந்தக் குறிப்பிட்ட கலைப் படைப்பிற்கு அருகில் ஆண்டாண்டுக் காலமாக வாழ்ந்துவருகின்ற ஒருவரைப் பற்றிச் சிந்தியுங்கள். அவர் தினமும் காலையும் மாலையும் அக்கலைப் பொருட்களைக் கடக்கின்றார். அவரது அன்றாட வாழ்வில் கடந்துசெல்லும் கோயில்களின் தூண்களில் சீறிப்பாயும் குதிரைகளும், வாயிலில் குழந்தைகள் ஏறி இறங்கி விளையாடும் யானைகளும், இரவின் இருளுக்கு நடுவே மிரட்டலாக நிற்கும் ராஜ கோபுரங்களும், ஓங்கி வளர்ந்த உயரமான தேவாலயங்களின் நடுவே அவ்வப்போது ஒலித்து மற்றபடி அமைதி காக்கும் ராட்சத மணிகளும், தர்க்காவின் வெளியே கொஞ்சித் திரியும் புறாக்களும் அவரது சுக துக்கங்களுடன் ஒன்றாகிப் போகையில் அவற்றைப் பற்றி அவர் என்ன நினைக்கக் கூடும்? மேலிருந்து பரிவன்போடு கீழே பார்க்கும் சுதை மனிதர்களுடன் அவர் பேசியிருக்கிறாரா? நதிக்கரையில் ஆளரவமில்லாமல் கிடக்கும் ஆடுகளின் புகலிடமான கல்மண்டபங்களில் தனிமையை

நாடித் தஞ்சம் புகுந்திருக்கிறாரா? இவ்வகை பாதிப்புகள் அவருடைய கலையார்வத்தைத் தூண்டியிருக்கின்றனவா? அப்படித் தூண்டப்படும் ஆர்வம் அப்படைப்புகள் எவ்வகையில் உருவாகின என்பது குறித்த ஆர்வங்களா? அல்லது அவருடைய சுய வெளிப்பாடாக அத்தகைய பொருட்களைப் படைக்க வேண்டும் என்று தூண்டிய ஆர்வங்களா?

முதலில் குறிப்பிட்ட ஆர்வம் கல்வித்துறையிலும் சுற்றுலாத்துறையிலும் முதன்மை பெறுவதுண்டு. இரண்டாவது வகையிலான ஆர்வம் தமிழகத்தின் தலைசிறந்த சிற்பி ஒருவரை உருவாக்கியது என்றால் அது மிகையாகாது. அச்சிற்பியின் பெயர் எஸ். தனபால். சென்னை மயிலாப்பூரில் பிறந்து வளர்ந்த அவர் கோயிலைச் சுற்றி நிகழ்ந்த பல்வேறு கலை நிகழ்ச்சிகளில் மனதைப் பறிகொடுத்தார். அதன் விளைவாக நடனம் கற்றுக் கொண்டார். இளம் வயதில் ஒரு முதியவர் கோயிலின் தேருக்கான ஒரு சிற்பம் செய்ததைப் பல மணி நேரம் நின்று ரசித்துப் பார்த்த அவர் ஓவியத்தின் பேரிலும் சிற்பங்களின் பேரிலும் மிகுந்த ஆர்வம் கொண்டார். பள்ளி ஓவிய ஆசிரியர்களிடம் பெரும் பாராட்டைப் பெற்றன இவரது ஓவியங்கள். அதன் விளைவாக கோவிந்தராஜுலு நாய்க்கர் என்னும் மரபு சார் ஓவியங்களில் கைதேர்ந்த ஒருவரிடம் ஓவியம் கற்று 1935இல் சென்னை ஓவியக் கல்லூரியில் சேர்ந்தார். அவருக்கு ஓவியக் கல்லூரியில் சேருவதற்கான ஆலோசனையை வழங்கியவர் திராவிட இயக்கக் கொள்கைகளில் பிடித்தமுள்ளவராகவும் கலைவரலாறு பற்றி எண்ணற்ற நூல்களை எழுதியவருமான மயிலை சீனி வேங்கடசாமி. அன்னார் அவரது பள்ளி முதல்வர்.

சோழ மண்டலக் கலை கிராமத்தை உருவாக்கிய கே. சி. எஸ். பணிக்கர் ஓவியக் கல்லூரியில் தனபாலுக்கு முந்தைய வகுப்பு மாணவராய் இருந்தார். தனது ஆசிரியரான ராய் சௌத்ரியின் மூலம் ரொதான்(*Rodin*) போன்ற மேற்கத்திய சிற்பக் கலைகளைப் பற்றி அறிந்துகொண்ட தனபாலுக்கு வங்காளத்துக் கலைப் பள்ளியின் மரபும் நவீனமும் சார்ந்த ஓவியப் பாணிகளைப் பற்றி அறியும் வாய்ப்பும் கிடைந்தது. வங்காளக் கலைஞர்களின் தன் வரலாற்றுப் பிடிப்பைக் கண்ணுற்றபோதே அவர் பிராந்திய (*Regional*) உணர்வுகளையும் அதனைப் பதிவு செய்தலின் முக்கியத்துவத்தையும் முதன்மையாகக் கருதத் தொடங்கினார் எனலாம். திராவிட இயக்கத்தினருடன் அவருக்கிருந்த நெருங்கிய தொடர்பு அவருக்குக் கலை உலகில் ஒரு தனித்துவமான அடையாளத்தைக் கொடுத்தது. திராவிட இயக்கத்தின் மிக முக்கியத் தலைவரான பாரதிதாசனார் அவர்கள் தனபாலின்

இல்லத்திற்கு அடிக்கடி வந்துபோனதாகவும், கலைவாணர் என்.எஸ். கிருஷ்ணன் அவருடைய மனைவியார் டி.ஏ. மதுரத்தைப் பார்க்க அடிக்கடி வந்துபோனதாகவும் பல்வேறு செவிவழிச் செய்திகள் உண்டு. எனினும் மற்றவர்கள் மூலம் நாம் அறியும் செவிவழிச் செய்திகளைத் தவிர்த்துப் பார்த்தாலும் தனபாலின் சிற்பங்கள் திராவிடக் கலாச்சாரத்தின் சாராம்சமும் நவீனமும் கொண்டவையென்று கூற முடியும்.

ரொதானைப் பின்பற்றிச் சிற்பங்கள் வடித்த ராய் சௌத்ரி அனாடமியில் கைதேர்ந்தவராக இருந்தபோது, அவருடைய மாணவர் தனபால் தனக்கே உரிய பாணியின் வித்தியாசத்தின் தடமாகத் தோள்பட்டை வரை உள்ள உருவச்சிலைகள் படைப்பதிலும் தமிழகத்தின்/திராவிடப் பாரம்பரியத்தின் முக்கியக் குறியீடுகளான பெரியார், ஔவையார் போன்றோரை நவீன முறையில் ஒரு எளிமையான (மினிமலிஸ்ட்) சிற்ப வடிவில் செதுக்கித் தனக்கென ஒரு பாணியை உருவாக்கிக்கொண்டார். ஒருமுறை அவருடைய சிற்பங்கள் ரொதானைப் போன்று மேற்கத்திய நவீன பாணிகளை முன்வைத்திருக்கிறதே எனக் கேட்டபோது அந்த நவீன வடிவம் பாரம்பரியத்தின் நீட்சியே என அவர் கூறியதாக எழுத்தாளர் சா. கந்தசாமி கூறுகிறார்.

தனபாலின் சிற்பங்களைப் பார்க்கும்போது எனது நினைவிற்கு வருவது வடக்கு ஐரோப்பாவின் மறுமலர்ச்சி ஓவியங்களே. தெற்கு ஐரோப்பிய ஓவியங்களான இத்தாலிய ஓவியங்கள் தங்களது ஓவியங்களில் உயர் வர்க்கம், நளின அழகுணர்வு, துல்லியமான உடற் கட்டமைப்பு, நாசூக்கான உணர்வுநிலை வெளிப்பாடுகள், பெரும்பாலும் விவிலியத்தின் கதையாடல்கள் போன்றவற்றை அடிப்படையாகக் கொண்டுள்ளவையாக இருக்க (டாவின்ஸி, மைக்கலேஞ்சலோ ஓவியங்களும் சிற்பங்களும் இதில் அடங்கும்), வடக்கு ஐரோப்பிய மறுமலர்ச்சி ஓவியங்களோ தினசரி அன்றாட வாழ்க்கையைப் பிரதிபலிக்கக் கூடியவையாய், பெரும்பாலும் உழைக்கும் வர்க்கத்தின் பிம்பங்களாக, தத்ரூப முக பாவனைகளைக் கொண்டவையாக இருந்தன (வான் எய்க், வான்டர் வெய்டன் போன்றவர்களின் ஓவியங்கள் இதனில் அடங்கும்). தனபால், ராய் சௌத்ரியின் மாணவராக இருந்தபோதும் அவரது ரியலிஸ பாணியில் ஈர்ப்புக் கொள்ளாமல் மினிமலிஸத்தினூடே செவ்வியல் அழகுணர்வை விடுத்து ஒரு பிராந்திய அழகுணர்வை (கலை விமர்சகர் இந்திரன் இதனைத் தமிழ் அழகியல் என்று குறிப்பிடுகிறார்) தனது சிற்பங்களில் முன்வைக்கிறார் சிற்பி தனபால்.

கோடுகளால் கட்டமைக்கப்பட்ட அவரது சிற்ப வடிவங்கள் மாயன் கலாச்சார, மெக்ஸிகோவின் குலக்குறி கம்பங்களின் *(Totem Pole)* பிம்பங்களை நினைவுபடுத்துவதாக இருக்கிறது. முப்பரிமாணமுமல்லாமல் இரு பரிமாணமும் அல்லாமல் இரண்டு அடுக்குகளாலான ஒரு உலோகத் தட்டையின்மேல் கோட்டுக் கம்பிகளால் உருப்பெறும் இச்சிற்ப பாணியை ஜானகிராமன், நந்தகோபால், விஜய வேலு என அவரது மாணாக்கர் பலர் தமது பாணிகளாக வடித்துக்கொண்டனர்.

தனபாலின் பெரியார் சிற்பத்தில் தெரியும் முதியவர் நன்கு செதுக்கப்பட்ட வழவழப்பான கன்னங்களையும், நூல் நூலாகத் தனித்துத் தெரியும் தாடியையும் கொண்டவர் அல்லர். அவரது தலை முடி, முக வெட்டு, தாடி அனைத்துமே ஒரு அப்ஸ்ட்ராக்ட் எக்ஸ்பிரஷனிஸ பாணியில் களிமண்ணின் தீற்றல்களால் வடிக்கப் பெற்றவை. அத்தீற்றல்களுக்கு உண்டான பெரியவரில் ஒரு மாபெரும் சக்தி காணப்படுகிறது. சில சிற்பிகள் பாயும் குதிரைகளின் வேகத்திற்கும் பிடரி மயிரை வெளிக்கொணர்வதற்கும் இத்தகைய தீற்றலைக் கையாள்வதுண்டு.

அவரது மற்ற சிற்பங்களான ஔவையார், தாயும் சேயும்கூட மிகவும் வித்தியாசமானவை. வழமையான சிற்பங்களைப் போல் புஜங்களில் சதைப்பற்றையும் கை, கால்களில் நரம்பு ஊடாட்டத்தையும், மெல்லிய கழுத்தையும், அழகுபடத் தவழும் உடை மடிப்புகளையும் காட்டாமல் மிக எளிமையாகத் தான் சொல்லவந்த உருவத்தின் சாராம்சத்தை அதன் முக பாவங்களின் வாயிலாகக் காட்டுவது தனபாலின் சிற்பங்கள். தனபாலின் மாணாக்கர்களில் ஒருவரான ஆதிமூலம் அவரைப் பற்றிக் கூறும்போது 1950களில் ஓவிய மாணவர்களுக்குப் போக்கிடமாக இருந்த இரு இடங்களில் ஒன்று சென்னை கவின் கலைக் கல்லூரியும் மற்றொன்று ஆசிரியர் தனபாலின் வீடும் என்று குறிப்பிடுகிறார். தனபாலின் வீட்டில் எப்போதும் ஒரு மாணவப் பட்டாளம் காணப்பட்டதாகவும் கூறுகிறார். தனபால் பிக்காஸோவின் ஓவியங்களைக் காட்டி அவற்றைப் பார்த்துப் பழகச் சொன்னதாகக் கூறும் ஓவியர் ஆதிமூலம் அதன் தாக்கம் அவரது படைப்புகளில் தங்கிவிட்டதாக நினைவு கூறியுள்ளார். ஆனால், பிக்காஸோவின் ஓவியங்களில் காணப்படும் எளிமை பிக்காஸோவின் சிற்பங்களுக்குள் இடம்பெறுவதில்லை. மாறாக பிக்காஸோவின் சிற்பங்கள் ஜியோமிதி தத்துவங்களுக்கு உட்பட்டவையாகவும் சால்வடார் டாலியின் அதி-யதார்த்த (சர்ரியல்) பாணிக்குச் சவால் விடுபவையாகவும் அமைந்தன. தனபாலின் சிற்பங்களோ

பிக்காஸோவின் ஓவியத்தின் எளிமையைச் சிற்ப வடிவில் கொண்டு வருவதுபோல் அமைந்துள்ளன. வடக்கில் ராம்கிங்கர் பெய்ஜ், பரோடா ஓவியப் பள்ளியைச் சார்ந்த கே.பி. கிருஷ்ணகுமார், வங்காளப் பஞ்சத்தின் கோரத்தைச் சிற்பமாக வடித்த சோம்நாத் ஹோர் போன்றவர்களைப் போல் தனபாலின் சிற்ப முறை ஒரு கலகக்காரனுக்கான ஆன்மாவைக் கொண்டிருந்தது. இந்த ஆன்மாவானது அழகியலைத் தயவு தாட்சன்யமின்றிக் கேள்விக்குட்படுத்துவது.

மாளிகை *(The Palace)* எனப்படும் தனபாலின் இந்தியன் இங்க் ஓவியத்தில் அவர் மாளிகை என்று குறிப்பிடுவது அரசினர் நுண்கலைக் கல்லூரியின் வண்ணக்கலைத் துறையின் படிக்கட்டுகளையே. வாஷ் டிராயிங்க் பாணியிலான இவ்வோவியத்தைப் பார்க்கும் பார்வையாளர் சென்னை நுண்கலைக் கல்லூரியுடன் பரிச்சயம் ஆனவரானால் அது நன்றாகவே புரியும். எனவே தான் நேசித்த கல்லூரியையே அவர் ஒரு மாளிகையாய்க் கண்டிருப்பாரோ என்ற எண்ணம் நம்மை வியப்பில் ஆழ்த்துகிறது.

அவரது ஏசு கிறிஸ்துவைப் பற்றிய சிற்பம் தனது உருவத்தின் உயரத்திற்கு நிகரான ஒரு சிலுவையை ஏசு சுமப்பது போலவும் அவரைச் சுற்றி இரண்டு பெண்கள் நிற்பது போலவும் இருவர் கீழே அமர்ந்தது போலவும் காணப்படுகிறது. மிகவும் குறைந்த துணி மடிப்புகளுடன் ஆடம்பரங்களின்றி மூடிய கண்களை வைத்தே ஏற்படுத்தப்படும் ஓர் உணர்வூடாட்டம் இச் சிற்பத்தின் சிறப்பு. தனது கைகளில் கயிறு போன்ற ஒன்றைப் பற்றியவாறு உள்ள உருவத்தின் கண்களும் மண்டியிட்டு அமர்ந்துள்ள பெண்களின் கண்களும் கீழ்நோக்கி மூடியுள்ள போதும் அவற்றில் தெரியும் சோகம் அளப்பரியது. ஏசுவின் சோகத்தைக் காணவொட்டாத பெண்மணியொருத்தி தனது முகத்தினைக் கைகளால் பொத்தியிருக்கிறார். சிலுவையின் பாரத்தைச் சுமந்துள்ள ஏசுவோ தனது கண்களை மூடியிருந்த போதும் அவற்றில் வலியின்றி அமைதியே காணப்படுகிறது. மூடிய நிலையிலுள்ள கண்களுக்குள் இவ்வளவு உணர்வு வெளிப்பாடுகளைக் கொண்டுவர முடியுமா? மேற்கூறியது போல ஐரோப்பாவில், பிரான்ஸ், ஹாலந்து நாடுகளின் வடக்கு ஐரோப்பிய மறுமலர்ச்சி *(Northern renaissance)* இத்தாலியில் நிகழ்ந்த தெற்கத்திய மறுமலர்ச்சியை விடக் *(Southern renaissance)* குறைத்து மதிப்பிடப்படக் காரணம் அப்படைப்புகளிலுள்ள உணர்ச்சி மேம்பாடும் அனாடமி குறைவும்தான். அதாவது இத்தாலிய மறுமலர்ச்சி ஓவியங்களில் உடற்கூறுகள், ஆடை அணிகல விவரங்கள் எல்லாம் மிக நுட்பமாகவும் விரிவாகவும்

உருவாக்கப்பட்டிருக்கும். உணர்ச்சி மேம்பாடு என்பது மென்மையானதாக, நுட்பமானதாகவே இருக்கும் (புகழ்பெற்ற மோனாலிசா ஓவியத்தை நினைத்துப் பார்த்தால்கூடப் போதும்). அதனைப் பின்தொடர்ந்த வடக்கு ஐரோப்பிய மறுமலர்ச்சி உணர்ச்சி மேம்பாட்டிற்கு முக்கியத்துவம் கொடுத்த அளவு செவ்வியல் கூறுகளுக்கு முக்கியத்துவம் கொடுக்கவில்லை. இது ஒரு குறைபாடாகக் கணிக்கப்படும் பழக்கம் ஓவிய விமர்சன மரபுகளில் இருந்தது. இந்திய நவீன ஓவியத்தில் இதேபோன்றதொரு வேறுபாடு வேறுவகைகளில் வெளிப்பட்டதாகத் தோன்றுகிறது. வங்காள ஓவிய முயற்சிகளைப் பொருத்த வரை முன்னோடிகளின் படைப்பு விரிவும் நுட்பமும் கொள்ள அதனைப் பின்தொடர்ந்த சிலர் உணர்ச்சி மேம்பாட்டிற்கு அழுத்தம் கொடுத்தனர். இந்தப் பின்புலத்தில் செவ்வியல் கலை இலக்கணங்களிலிருந்து விடுபட்ட தனபாலின் நவீனச் சிற்பங்கள் இந்தியாவைப் பொருத்தமட்டில் இங்குள்ள நவீனக்கலை இயக்கங்களின் ஆரம்பக் காலகட்டத்திலேயே படைக்கப்பட்டன என்பது முக்கியமானது. தனபாலின் சிற்பங்களுடன் அதிக அளவில் ஒப்பிட முடியுமென்றால் அது ராம் கிங்கர் பெய்ஜுடன்தான் இருக்க முடியும்.

பெய்ஜ் சந்தால் இனத்தைச் சார்ந்தவர். பாரம்பரிய வழிவந்த வங்காளத்தின் கலாச்சாரக் குறியீடாகத் திகழ்ந்த சாந்தி நிகேதனில் பயின்றபோதும் பெய்ஜ் ஒருபோதும் அந் நிறுவனத்தின் மேட்டிமைக்குத் தன்னை விட்டுக்கொடுக்கவில்லை. அவரது சிற்பங்களும் அதன் உருவாக்க முறைகளும் சந்தால் இனத்தினரைக் குறிப்பதாகவும் அவ்வினத்தின் உணர்வுகள் சார்ந்த வெளிப்பாடாகவுமே இருந்தன. பெய்ஜின் ரவீந்திரநாத் தாகூர் சிற்பமும் தனபாலின் பெரியாரைப் போன்று ஒரு எக்ஸ்பிரஷனிஸ பாணியில் வெளிப்படுத்தப்பட்டதுதான் என்று கூறினால் அது மிகையாகாது. பிரித்தானியரால் நிறுவப்பட்ட செவ்வியல் கலைகளைப் பாடமாகக் கொண்ட கலைக் கல்லூரி யில் பயின்ற போதும் ரியலிஸ பாணியில் சிற்பங்களை வடித்த ராய் சௌத்ரியை ஆசானாகக் கொண்டபோதும் தனபால் தனது பிராந்தியம் சார்ந்த குறியீடுகளிலும் திராவிடக் கொள்கை ஈர்ப்புக் காரணமாகத் தமிழ் அழகியலையே முன்னெடுத்தார். அவ்வகையில் தென்னிந்திய நவீனக் கலைக்கு தனபால் ஒரு முன்னோடி எனலாம்.

1919இல் பிறந்த தனபால் 1941 முதல் 1977 வரை கிட்டத்தட்ட 36 ஆண்டுகள் சென்னை கலைக் கல்லூரியில் ஆசிரியப் பணியாற்றியுள்ளார். 1964இல் பணிக்கருடன் சேர்ந்து சோழமண்டலக் கலைக் கிராமத்தின் உருவாக்கத்தில் அயராது

பங்கெடுத்துக்கொண்ட அவர் தனது ஓய்வுக்குப் பிறகும் கலாஷேத்ராவில் ஓவியம் கற்பித்துள்ளார். 1991லும், 1993லும் புது தில்லியில் இப்ராஹிம் அல்காசியினால் ஒழுங்கு செய்யப்பட்ட மதராஸ் மெடாஃபர் (Madras Metaphor) என்ற கண்காட்சியில் தனது படைப்புகளைக் காட்சிக்கு வைத்த தனபால் 1962இல் லண்டன் காமன்வெல்த் கண்காட்சியிலும் தனது படைப்புகளை வைத்துள்ளார். 81வது வயதில் காலமான தனபால் இறுதி நாட்களிலும் ஒரு மாணவனைத் தனது படுக்கைக்கு அருகில் அமர்த்தி ஓவியம் கற்றுக்கொடுத்துள்ளார். அந்த மாணவன் எனது வகுப்புத் தோழனும் தற்போது ஐதராபாத்திலுள்ள கான் அகாதெமியில் ஓவிய ஆசிரியராகவும் பணியாற்றும் எஸ். விஜயராகவன். இன்றும் ஓவிய உலகில் மறக்கமுடியாத ஒரு தலை சிறந்த ஆசானாகக் கருதப்பட்டு மாணவர்களின், தமிழ்க் கலை ரசிகர்களின் மனங்களின் நினைவகலாப் பகுதியை ஆக்கிரமித்துக் கொண்டிருக்கிறார் சிற்பி எஸ். தனபால்.

7

வா.சி.த. அருளரசன்
ஓவியர்

பள்ளிக்குச் செல்லும் சிறுவனாக இருந்த போது என்னை அரவணைத்த இடமென்றால் அது சென்னையிலுள்ள பாலபவன்தான். என்னுடைய முதல் கலைத் தாயை அங்குதான் கண்டேன். படைப்பாற்றலைப் பற்றி மிக எளிமையாக எங்களுக்குப் புரிய வைத்தவரும், கைவினைக் கலைகள் பயிற்றுநருமான கல்யாணி ரங்கநாதன்தான் அவர். படைப்பாற்றலின் முக்கியத்துவத்தை மிக எளிமையாகவும் மனதிற்கு நெருக்கமாகவும் புரிய வைத்துவிடுவார்.

ஒருநாள் மாலை வகுப்பு நடந்துகொண்டிருந்த போது நீண்ட ஜிப்பாவுடனும் தாடியுடனும் ஒருவர் எங்களுடைய டீச்சரைச் சந்திக்க வந்திருந்தார். மிகவும் கன்னியமான மரியாதைக்குரிய தோற்றத்தி லும் அவர் இருந்தார். சென்னை கவின்கலைக் கல்லூரியின் முதல்வர் தனபால்தான் அவர் என்பதுகூடப் பின்னர்தான் தெரியவந்தது. பத்தாம் வகுப்பு தேறிய பின்னர் ஓவியக் கல்லூரியில் சேர வேண்டுமென்ற கனவுகளுடன் இருந்த என்னைக் கல்யாணி டீச்சர்தான் தனபால் மாஸ்டரிடம் அனுப்பிவைத்தார். நுழைவுத் தேர்வுக்கான சிறப்புப் பயிற்சியை எடுத்துக்கொள்ள அவரிடம் அனுப்பி வைக்கப்பட்டேன். எனது தந்தையுடன் சென்று அவரைச் சந்திக்கவும் செய்தேன்.

சிறிய பூங்காவுடன் இருந்த அழகான வீடு, தெய்வீகமான லட்சுமிகரமான மனைவி, குறும்பு செய்து விளையாடும் அவருடைய பேரப் பிள்ளைகள் என உள்ளே சென்றதுமே எல்லா

விதத்திலும் அந்தச் சூழல் என்னை உள்வாங்கிக்கொண்டது. அந்த இடத்தையும் மனிதர்களையும் மனத்திற்கு நெருக்கமாக உணரவும் முடிந்தது. ஏற்கெனவே பள்ளியில் சந்தித்த அறிமுகமும் இருந்ததால் அடிப்படைப் பயிற்சிகள்கூட உடனே தொடங்கின. அன்று முதல் இறுதி மூச்சு உள்ள வரையிலும் அவருடைய செல்லப் பிள்ளைகளில் ஒருவனாகவே ஆனேன். மாஸ்டரின் குடும்பத்தினரால் இன்றளவிலும் சகோதரப் பாசத்துடனே நடத்தப்படுகிறேன்.

பயிற்சி வகுப்புகளில் மிகுந்த ஆர்வத்துடன் ஆழ்ந்து ஈடுபடலானேன். மாஸ்டரும் மிக அன்புடனே சொல்லிக் கொடுத்தார். பள்ளிப் பாடங்களைப் படிப்பதைக் காட்டிலும் ஓவியம் வரைவதில் இயல்பிலேயே விருப்பம் இருந்ததால் அது ஒரு பயிற்சி வகுப்பு போலவே தெரியவில்லை. அடிப்படை நுணுக்கங்களைக் கற்று, முதல் முயற்சியிலேயே நுழைவுத் தேர்விலும் தேர்ச்சியடைந்ததால் மரியாதை நிமித்தமாகத் தந்தையுடன் அவரைச் சந்திக்கப் போயிருந்தேன். ஒரு வெள்ளை உறையில் கொஞ்சம் பணத்தை வைத்து அவரிடம் என் தந்தை மிகுந்த மரியாதையுடன் குரு தட்சனை கொடுத்தார். ஆனால், உதட்டில் தவழும் புன்னகையுடன் தனபால் மாஸ்டர் அதை ஏற்றுக்கொள்ள மறுத்தார். அந்த உறையில் எவ்வளவு பணமிருந்தது என்பதைக் கூட அவர் பார்க்கவில்லை. அதுமட்டுமில்லாமல் அவர்கள் வீட்டின் பிள்ளைகளில் ஒருவனாகவே அன்று முதல் என்னைப் பாவித்தும் வந்தார். என் போலவே நிறைய பேர் அவரைச் சுற்றிலும் எப்பொழுதும் இருப்பார்கள். ஓவியம் வரைவதையும், கலையில் ஆர்வமிருப்பவர்களுக்குச் சொல்லிக் கொடுப்பதையும் எந்தப் பிரதிபலனும் பாராமல் ஒரு கர்மவினை போலவே செய்து வந்தார்.

தனபால் மாஸ்டர் கல்லூரியில் பணியாற்றியபோது அவரிடம் மாணாக்கராக இருக்கும் வாய்ப்பு எனக்கு இல்லாமலேயே போனது. என்றாலும் பணியிலிருந்து ஓய்வு பெற்ற பின்னர் அவருடைய அன்புக்குப் பாத்திரமான மாணவர் களில் நானும் ஒருவனானேன். மந்தவெளியிலிருந்த மாஸ்டரின் வீடு என் போன்றவர்களுக்குப் பயிற்சிக் கூடமாக என்றுமே தோன்றியதில்லை. அவரும் கூட வகுப்பு எடுப்பதைப் போன்ற பாவனையை எங்களுக்கு உருவாக்கியதே இல்லை. ஆசை ஆசையாக வளர்க்கும் அழகிய போன்சாய்களுக்கு நடுவே அதன் கிளைகளைக் கத்தரிப்பதைப் பற்றிக் கூறிக்கொண்டே எனக்குச் சிற்பத்தின் அடிப்படைகளைக் கற்றுக்கொடுத்திருக்கிறார். ஒரு பூங்காவில் உட்கார்ந்து உரையாடி மகிழ்வது போன்றே

இருக்கும். அவருடைய கற்றுக்கொடுக்கும் பாணி நெருக்கமான அனுபவமாக மனத்தில் பதியும். அதுபோன்ற ஏராளமான அனுபவங்களைச் சொல்லலாம்.

அன்றொரு நாள், மந்தைவெளி வீட்டின் மாடியில் அமர்ந்து ஒரு கோட்டோவியத்தை வரைந்து முடித்துவிட்டு அவரிடம் காட்டினேன். முகத்தில் ரேகைகள் ஓட ஓவியத்தையே உற்றுப் பார்த்தவாறு இருந்தவர் என்ன சொல்லப் போகிறாரோ என்று அமைதியாக எதிரில் நின்றுகொண்டிருந்தேன்.

இன்னும் கொஞ்சம் போல "*Bold*–ஆ வரையலாமே" என ஒற்றை வாக்கியத்தைக் கூறிவிட்டு அருகிலிருந்த போன்சாய்களைப் பார்த்தவாறே நகர்ந்து சென்றார். அந்தச் சிறுவயதில் அவர் உதிர்த்த வார்த்தைகளின் அர்த்தம்கூட எனக்குப் புரியவில்லை. அது பற்றிய விளக்கத்தைக் கேட்டுத் தெரிந்துகொள்ள வேண்டுமென்ற பக்குவமும் எனக்கில்லை. ஆனால், தற்போது வரைந்ததுபோல வரையக் கூடாதென்பது மட்டும் தெரிந்தது. எனக்கே என் மீது கோபமாகவும் வந்தது. சற்றே ஆசுவாசம் கொண்டு அந்தக் காகிதத்தின் பக்கத்திலேயே எதிரிலிருந்த விநாயகர் சிலையைப் பார்த்து பத்தே நிமிடத்தில் அதை ஓவிய மாக வரைந்து முடித்தேன். தயக்கத்துடன் மாஸ்டரை நெருங்கிச் சென்று வரைந்திருந்த விநாயகர் ஓவியத்தைக் காண்பித்தேன்.

அமைதியாக வாங்கிப் பார்த்தவர் "ஓ ... இப்போதான் *bold*–ஆ *Drawing* பண்ணியிருக்க. இப்படித்தான் வரையனும்" என்றார்.

அந்த நொடிகளில்தான் ஒரு விஷயம் பிடிபட்டது. பொறுமையுடனும் தன்னம்பிக்கையுடனும் தளர்வாக வரைவதைத்தான் மாஸ்டர் அவ்வாறு குறிப்பிடுகிறார் என்பது பிடிபட்டவுடன் மனசெல்லாம் மகிழ்ச்சி அப்பிக்கொண்டது.

பயிற்சி வகுப்புகளுக்காக என் தந்தை கொடுத்த பணத்தை வேண்டாமென்று சொல்லி அவர் விதைத்த விதை இன்றளவிலும் என்னுள் விருட்சமாய் வளர்ந்துள்ளது. அவர் போலவே, கவின்கலைக் கல்லூரியில் பயிலும் பொருளாதாரத்தால் பின்தங்கியுள்ள மாணவர்களுக்கு என்னளவில் உதவிக்கொண்டும் வருகிறேன். அன்று பயிற்சிக் கட்டணத்தை அவர் பெற மறுத்த நன்றியினை நினைவுகூர்ந்து ஒவ்வொரு ஆண்டும் அதிக அக மதிப்பெண்கள் பெறும் மாணவர்களைத் தெரிவு செய்து சிற்பி எஸ். தனபாலின் பெயரில் நினைவுப் பரிசையும் வழங்கி மகிழ்ச்சியடைந்து வருகிறேன். ஆசிரியப் பணியில் இருப்பதால்தான் இதனைச் செய்யமுடிகிறது. மேலும், இப்பணியில் நான் இணையக் காரணமும் அவர்தான்.

மத்திய அரசாங்கத்தின் Talent Search நல்கையைச் சிற்பக் கலைக்காகப் பெற்றபோது அதற்கான ஆரம்பக் கட்ட பயிற்சிகளை கல்யாணி ரங்கநாதன் அவர்கள்தான் எனக்குக் கொடுத்தார்கள். கல்லூரில் சேர்ந்த பிறகு அந்தப் பொறுப்பை தனபால் மாஸ்டர் ஏற்றுக்கொண்டார். தேர்ச்சி பெற்ற சிற்பியாக இருந்ததால் நவீன ஓவிய பாணிகளைப் பற்றியும், நவீன சிற்பக் கலையின் போக்குகளைப் பற்றியும் புரிந்துகொள்ளும் வாய்ப்பாக அது அமைந்தது. களிமண்ணைத் தொட்டு, பக்குவமாகப் பிசைந்து, வேண்டுமட்டும் மிதித்து, கலை மனத்துடன் லயித்து வாழும் இனிய அனுபவமாகவும் அந்தச் சூழல் அமைந்தது. சிறிய வீடுதான் என்றாலும் இரண்டு பிளாஸ்டிக் கூடைகளில் பக்குவமாகப் பிசைந்த களிமண்ணை எப்பொழுதும் தயார் நிலையிலேயே வைத்திருப்பார். காசு கொடுத்துத் தங்க வைடூரியங்களைக்கூட எளிதில் வாங்கி வந்துவிடலாம், ஆனால் பதமான களிமண்ணைத் தேடிக் கண்டடைவது மிகக் கடினம் என்பார். வருடக் கணக்காகச் சரியான ஈரப் பதத்திலேயே இருப்பதால் அந்தக் களிமண் கைகளில் ஒட்டவே ஒட்டாது. அந்தக் களிமண்ணைத் தொடும்போது கடைந்தெடுத்த வெண்ணெய்யையும், இலவம் பஞ்சையும், குழந்தையின் கன்னத்தையும் தீண்டும் உணர்வை அனுபவிக்க முடியும்.

விதவிதமான புத்தகங்களைக் காண்பித்துக் கலையின் மீதான ஆர்வத்தைத் தூண்டிக்கொண்டே இருப்பார். வாசிப்பதன் அவசியம் குறித்து நம்மை அறியாமலேயே நமக்குள் புகுத்தி விடுவார். நிறைய ஓவியர்கள் குறித்தும், அவர்களுடைய பின்னணி குறித்தும், ஓவியங்களின் கூறுகள் குறித்தும் உரையாடுவார். அவை எல்லாமுமே ஓர் ஆசானின் இடத்திலிருந்து பேசுவதாக இருக்காது. சக நண்பருடன் உரையாடும் தன்மையிலேயே இருக்கும். எந்த இடத்திலும் அதிகாரத் தொனியோ, அடக்குமுறையோ, கண்டிப்போ, கட்டளையோ, வலியுறுத்தும் தொனியோ கொஞ்சமும் இருக்காது. பற்றற்ற வழிகாட்டி சரியான திசையை அன்புடன் காண்பித்துவிட்டு வெறுமனே நிற்பது போலவே அவருடைய பகிர்வுகள் இருக்கும். அதுபோன்ற ஆசிரியத்துவ மனப்பான்மை வாய்க்கப் பெறுவது மிகக் கடினம். அபூர்வம் என்றுகூடச் சொல்லலாம்.

ஆனால், அவருடைய மாணவர்கள் வரைய ஆரம்பித்தாலோ அல்லது சிற்பம் செய்ய ஆரம்பித்தாலோ அருகில் இருக்காமல் அங்கிருந்து சென்றுவிடுவார். படைப்பும் படைப்பாளியும் மட்டுமே ஒன்றிணையும் தருணம் அமைய வேண்டுமென அவருக்குள் ஓர் எண்ணம் கடைசி வரையிலும் இருந்திருக்க

வேண்டுமென்றே நினைக்கிறேன். படைப்பு நிறைவடைந்தவுடன் அது குறித்துப் பேசுவதிலும் தயக்கம் காட்டியதில்லை. ஓவியம், சிற்பம் மட்டுமின்றிப் பல கலைகளிலும் அவருக்கு ஆர்வமும் தேர்ச்சியுமுண்டு.

ஒரு நடனக் கலைஞரென்றும், நாடகக் கலைஞரென்றும் அவரைப் பற்றிக் கேள்விப்பட்டதுண்டு. என்றாலும் அதுபோன்ற கோலத்தில் அவரைக் கண்டதில்லை. ஒருநாள் சாதாரண பனியன் வேட்டியில் எதிரெதிரே அமர்ந்து நடனம் பற்றிப் பேசிக்கொண்டிருந்தார். கதகளி நடனத்தில் கண்ணசைவுகள் மிகவும் முக்கியம் எனக் கூறிவிட்டு, ஒரு பட்டாம்பூச்சி பறந்து செல்லுவது போன்று கைவிரல்களாலும் கண் அசைவுகளாலும் அபிநயம் செய்து காண்பித்தார். ஆச்சர்யத்தில் அசந்து போய் விட்டேன். வண்ணத்துப் பூச்சியின் வடிவமோ வண்ணமோ அங்கில்லை. ஆனாலும், எல்லாப் பக்கங்களிலும் அது பறந்து செல்வதைப் பார்வையால் பின்தொடர்வதைப் போன்ற உணர்வை அடைந்த அனுபவம் ஏற்பட்டது. அந்த பிரம்மிப்பை அடைந்த தருணம் இப்போதும் கூடப் பசுமையாக நினைவில் உள்ளது.

பாலபவன் வாயிலாக எழும்பூரிலுள்ள பிரெசிடென்சி மேல்நிலைப் பள்ளியில் ஓவிய ஆசிரியர்களுக்கான சிறப்புப் பயிற்சி வகுப்புகள் ஒருமுறை ஒருங்கிணைக்கப்பட்டது. நானும்கூட அதில் கலந்துகொண்டேன். பாலும் மோதிலாலும் டெல்லியிலிருந்து பயிற்றுநர்களாக வந்திருந்தார்கள். முதன்முறையாகக் காகிதக் கலைப்படைப்பாக முகமூடியைச் செய்யக் கற்றுக்கொடுத்தார்கள். அந்த உத்தியும் ஊடகமும் என்னை வெகுவாகக் கவர்ந்தது. ஓவியம் வரைவதற்குச் சம பரப்பாக உபயோகிக்கப்படும் ஊடகமான காகிதம் ஒரு முப்பரிமாணத் தோற்றத்திற்கு மாறுவது கண்டு வியப்பாக இருந்தது. பயிற்சிக்கு வந்திருந்த எல்லோருக்கும் பொதுவான உதாரணத்திற்காகச் சொல்லிக்கொடுத்த மாட்டின் முக வடிவி லான முகமூடியை அப்படியே எல்லோரும் பிரதியெடுத்தனர். நானோ அவர்கள் கொடுத்த பயிற்சியை மாதிரியாகக் கொண்டு ஒரு புலியின் முகத்தைச் செய்திருந்தேன். பயிற்சியின் முடிவில் பங்குபெற்றவர்கள் செய்த முகமூடிகள் எல்லாம் கண்காட்சி யாகப் பார்வைக்கும் வைக்கப்பட்டது. அதனைப் பார்வையிட வந்திருந்த தனபால் மாஸ்டர், புலி முகமூடியைப் பார்த்துவிட்டுப் பாராட்டியதோடு மட்டுமல்லாமல், அதன்பிறகு வீட்டிற்கு அழைத்து அவருடைய சேகரிப்பிலிருந்த *Chinese Paper Craft* என்ற புத்தகத்தையும் எனக்குப் பரிசாகக் கொடுத்தார். இன்று

வரையிலும் நான் பெற்ற மிகச்சிறந்த பரிசுகளில் ஒன்றாக அதைச் சொல்வேன். அந்தப் புத்தகத்தைப் படித்து, அதிலுள்ள உத்திகளைப் புரிந்துகொண்டு, ஆர்வத்துடனும் உத்வேகத்துடனும் காகிதங்களில் கலைப் படைப்புகளை வெறித்தனமாகப் படைக்க முற்பட்டேன். எனது எல்லா ஆர்வங்களுக்கும் அவர் தீனி போட்டுக்கொண்டே இருந்தார். அது மட்டுமல்லாமல் காகிதத்தின் உறுதித்தன்மை குறைவாக இருந்ததால் அப்படைப்பினைக் கெட்டித் தகட்டில் செய்து நுண்கலைக் குழு ஒருங்கிணைக்கும் கண்காட்சிக்கு அனுப்பச் சொன்னார். அதன்படி அனுப்பிவைக்கப்பட்டு, என்னுடைய படைப்பும் தேர்ந்தெடுக்கப்பட்டு அந்தக் கண்காட்சி யிலும் இளம் வயதிலேயே பங்கேற்றேன். சுய ஆர்வத்தாலும் கலைத் தேடலாலும் உந்தப்பட்டுக் காகிதக் கலைப் படைப்பு களில் பல்வேறு பரீட்ச்சார்த்த முயற்சிகளைச் செய்துகொண்டே இருந்தேன். எந்நேரமும் இது பற்றிய யோசனையிலேயே இருப்பேன். அதனால், என்ன பயனென்றுகூட யோசித்ததில்லை. கற்றலின் இனிமையும், செய்முறை சோதனைகளின் மீதான ஆர்வமுமே நிறைவினை அளித்தது.

அப்போது வண்ணக்கலை ஓவியப் பிரிவில் கல்லூரி மூன்றாமாண்டு படித்துக்கொண்டிருந்தேன். ஒவ்வொரு ஆண்டும் கல்லூரியில் அழைத்துச்செல்லும் கல்விச் சுற்றுலாவுக்கான செலவுகளை எப்படிச் சமாளிக்கப்போகிறோம் என்ற எண்ணமும் உள்ளுக்குள் ஓடிக்கொண்டிருந்தது. தமிழ்நாடு நுண்கலைக் குழுவினரால் ஒருங்கிணைப்பு செய்யப்பட்டிருந்த ஓவிய ஆசிரியர்களுக்கான புத்தாக்கப் பயிலரங்குக்கு தனபால் மாஸ்டர் பொறுப்பாளராக நியமிக்கப்பட்டிருந்தார். அந்தப் பயிலரங்கில் காகிதக் கலைப் படைப்புகளின் உத்திகளையும் செய்முறைகளையும் அவர்களுக்குக் கற்பிக்கும் வாய்ப்பினை இளம் வயது மாணவரென்றும் பாராமல் எனக்கே கொடுத்திருந் தார். தருமபுரியில் தொடங்கித் தமிழகத்தின் பல முக்கிய இடங்களிலும் ஒருங்கிணைக்கப்பட்ட பயிலரங்குகளில் பங்கேற்ற ஓவிய ஆசிரியர்களுக்கு இளம் வயதிலேயே பயிற்றுநன் ஆனேன். அதன் பின்னர் என்னுடைய கல்விக் கட்டணங்களையும் இதர செலவுகளையும் இந்தப் பணியின் வாயிலாகக் கிடைக்கும் சன்மானத்தைக் கொண்டே சமாளித்துக்கொள்ளும் அளவிலான தன்னம்பிக்கையையும் பெற்றேன். கலை வாழ்வின் மீதான பிடிப்பும் அதிகமானது. ஆர்வத்துடன் வகுப்புகளைச் சொல்லிக் கொடுப்பதைப் பார்த்த தனபால் மாஸ்டர் ஒருமுறை, “ஓவிய ஆசிரியருக்கான எல்லாத் திறமையும் உன்னிடம் இருக்கிறது. இனி வரும் காலங்களில் அதற்கு உன்னைத் தயார்படுத்திக்கொள்” எனச் சரியான நேரத்தில் வழிகாட்டினார். அதன்பிறகு ஓவிய

ஆசிரியருக்கான தகுதித் தேர்வுகளையும், T.T.C என்னும் மூன்று மாதப் பயிற்சியையும் ஒரு விளையாட்டு போலவே படித்து முடித்தேன். அந்தச் சான்றிதழ்கள் இது வரையிலும் பயன்படவில்லை என்றாலும், அதனால் கிடைத்த அனுபவங்கள் மிகவும் உபயோகமாகவே இருக்கின்றன.

1988ஆம் ஆண்டின் இறுதியில் வேலை வாய்ப்பு அலுவலகத்தின் வாயிலாக நடந்த நேர்காணல் தேர்வில் என்னுடைய கலைப் படைப்புகளைக் காண்பித்து ஒப்பந்த அடிப்படையில் ஊழியனாக சென்னை அரசு கவின்கலைக் கல்லூரியில் சேர்ந்தபோது, எனக்கு அதே கல்லூரியில் நுழைவுத் தேர்வினை எழுதும் வயதிருந்தது. கல்லூரியில் ஆசிரியராகச் சேர்ந்தபோது அதற்குரிய உருவமோ கம்பீரமோ என்னிடம் இருக்கவில்லை. அது மட்டுமில்லாமல் என்னைவிட வயதில் மூத்தவர்கள் மாணவர்களாக இருந்தார்கள். முதல் வாரத்தில் ஆசிரியனான என்னை அடையாளம் காணவும் ஏற்றுக்கொள்ளவும் அவர்களால் இயலவில்லை. என்றாலும் விரைவிலேயே ஒரு நண்பராகவும் ஆசிரியராகவும் ஏற்றுக்கொண்டார்கள்.

'நாம் எதுவாக வேண்டுமென்று நினைக்கின்றோமோ, அதுவாகவே ஆகின்றோம்' என்கிறார் சுவாமி விவேகானந்தர். நான் ஓர் ஆசிரியராகவே விரும்பினேன். அதற்கு வழிகாட்டியாக இருந்தவர் மாஸ்டர் தனபால்தான். தாய், தந்தை, குரு என மூன்று நிலைகளையும் ஒருசேர இணைத்து எனக்கு மட்டுமல்லாமல், அநேகம் பேருக்குத் திசைகாட்டியாக விளங்கியவர் எனது ஆசான். ஆசிரியர்களாகவும், ஓவியர்களாகவும் சிற்பிகளாகவும் என் போன்றவர்களைச் செதுக்கி அழகு பார்த்தவர். கடுமையான வார்த்தைகளை வாழ்ந்த வரையிலும் அவர் பேசி நான் பார்த்ததேயில்லை. தனது மாணவர்களின்மீது அன்பை மட்டுமே சுரந்திருக்கிறார். அதேபோல் உடன்பாடு இல்லாத விஷயங்களில்கூட யாருடைய மனத்தையும் புண்படுத்தாத அளவிற்கு ஒதுங்கிவிடுவதும் மௌனித்துவிடுவதும் மாஸ்டரின் இயல்பு. விமர்சனங்களைக் கூட இனிமையான வார்த்தைகளில்தான் வெளிப்படுத்துவார்.

அவருடைய வீட்டின் முன் அறையைச் சிறிதுகால இடைவெளிவிட்டு மீண்டும் சென்று பார்க்க நேர்ந்தால் புதிதாக இருப்பது போன்ற தோற்றத்தில் மாற்றியிருப்பார். எப்பொழுதும் கலை சார்ந்த, செய்நேர்த்தி சார்ந்த ஈடுபாட்டுடனே இருப்பார். அவரிடமிருந்து எல்லா ஓவியக் கலைஞர்களும் கற்றுக்கொள்ள வேண்டியவை நிறையவே இருக்கின்றன. என்றாலும் படைப்பு களைக் காட்சிப்படுத்தும் அவருடைய அறிவுக் கூர்மை

வியப்பளிக்கக் கூடிய ஒன்று. கற்பனைக்கான புதிய கதவுகளைத் திறந்துவிடுவதுபோலக் காட்சிப்படுத்தும் ஒழுங்கும் அதில் அமைந்திருக்கும். அவற்றையெல்லாம் அருகிலிருந்து பார்த்துக் கவனித்து உள்வாங்கிக்கொள்ளும் வாய்ப்பைப் பெற்றவர்களில் நானும் ஒருவன் என்பது மகிழ்வான அனுபவம். ஓவியப் பயிற்சி முகாமின் கடைசி நாளில் படைப்புகளைத் தேர்ந்தெடுத்து ஓவியங்களையும் சிற்பங்களையும் பிரித்துக் காட்சிப்படுத்துவதே கலை நுணுக்கத்தைக் கற்றுத்தருவதுபோல இருக்கும். ஒரு வெளியை எப்படிப் பயன்படுத்த வேண்டும், எப்படி வைத்தால் ஒவ்வொரு படைப்பும் தனித்து முழுமையடையும், பார்வையாளர்களின் எண்ணங்களை எப்படித் திசை திருப்புவது என்பதையெல்லாம் அவரிடமிருந்துதான் கற்றுக்கொள்ள வேண்டும். விலை மலிவான ஆடம்பரமற்ற பொருட்களையும் காகிதங்களையும் மட்டுமே கூடப் பயன்படுத்திக் கவர்ச்சிகர மான காட்சிப்படுத்தலை மிகவும் அனாயாசமாகச் செவ்வனே செய்து அசத்திவிடுவார். அவரிடமிருந்து கற்றுக்கொண்ட இந்த நுணுக்கங்களையும், வெளி பற்றிய பிரக்ஞையையும் இன்றளவிலும் பல்வேறு விஷங்களில் பயன்படுத்துவது மட்டுமன்றி, என்னிடம் பயிற்சி பெறும் மாணவர்களுக்கும் கற்றுக்கொடுக்கிறேன்.

இறையருளாலும் குருவின் ஆசியாலும் எனது தனிப்பட்ட குறைகளை எல்லாம் தாண்டி வாழ்வானது நிறைவாக அமைந்திருப்பதாகவே உணர்கிறேன். ஏனென்றால், எனது முதல் கலைத் தாயான கல்யாணி ரங்கநாதன், என் முதல் குருவான ஆசான் எஸ். தனபால் போன்ற நிறைவான மனிதர்களுடன் வாழ்ந்த அனுபவங்கள்தான் அதற்குக் காரணம். அதிலும் சிற்பி தனபால் எளிமையும் படைப்பாற்றலும் திறமையும் செய்நேர்த்தியும் அடக்கமும் கொடையும் என மிகப்பெரிய சொத்துக்கள் நிரம்பப் பெற்றவர். அதையெல்லாம் என் போன்ற மாணவர்களுக்குக் கொடுத்துவிட்டுச் சென்றிருக்கிறார். அள்ள அள்ளக் குறையாத அந்தப் புதையலை அடுத்த தலைமுறையினருக்குத் தர வேண்டுமென்ற ஆசையும் விருப்பமும் எங்களுக்கு உண்டு.

அன்பின் விருட்சமாகவே தனபால் மாஸ்டர் இறுதி வரையிலும் இருந்திருக்கிறார். அதிலிருந்து விழுந்த சிறு விதைதான் என் போன்றவர்கள். அந்த விதைகள் விருட்சமாகி மென்மேலும் பல அன்பின் விதைகளை உரமிக்க வெளியில் தூவிக்கொண்டே இருக்கும் என்பதுதான் பிரபஞ்ச விளையாட்டின் ஆதார அடிநாதம். சுவாரஸ்யமான இந்தத் தொடர் விளையாட்டுக்கு முடிவென்பதே இல்லை.

8

வெ. நீலகண்டன்
பத்திரிகையாளர்

அப்போது அந்த வளாகத்துக்குப் பெயர், 'சித்திரவேலை வித்தியாசாலை'. 'ஹன்ட்டர்' என்ற வெள்ளைக்காரர் விதைத்தது. பிராட்வேயில் தொடங்கப்பட்டு, பிற்பாடு எழும்பூருக்கு மாற்றப் பட்டது. சென்னை கடற்கரைச் சாலையில் இருக்கிற அரசுக் கட்டடங்கள் அனைத்துக்கும் செங்கல் வார்த்தது, சுண்ணாம்பு அரைத்தது எல்லாம் இந்த வளாகத்தில்தான். சமீப காலங்கள் வரைக்கும் சூளையும் சுண்ணாம்பு அரவைக்கல்லும் அந்த வளாகத்தில் இருந்ததாகச் சொல்கிறார்கள். 19ஆம் நூற்றாண்டின் ஆரம்பக்காலங்கள் வரை, ஓவியக்கலை என்பது அந்த வளாகத்தில் பெயருக்கு எங்கோ ஒரு மூலையில் இருந்தது. தச்சுவேலை, கார்பெட் தயாரிப்பு, பருத்தித் துணியில் எம்ப்ராய்டரி செய்வது, நகைகள் செய்வது, அலுமினியப் பாத்திரங்கள் செய்வது போன்ற பணிகளே அங்கு நிறைந்திருந்தன. சுருங்கச் சொன்னால், வெள்ளையர்களுக்குத் தேவையான புழங்குபொருள்களைச் செய்யும் தொழிற்சாலையாகவே இந்தக் கல்வி நிறுவனம் இருந்தது. அதை இந்திய நுண்கலைகளின் உலைக்களமாக மாற்றியவர்கள் என்று மூவரை வரிசைப்படுத்தலாம். தேவிபிரசாத் ராய் சௌத்ரி, பணிக்கர், தனபால் வாத்தியார்.

சிற்பி ராய் சௌத்ரி, வங்கத்தைச் சேர்ந்தவர். தாகூரின் சாந்தி நிகேதனின் வார்ப்பு. தாகூரின் சகோதரர் அபநின்தரநாத் தாகூரின் மாணவர். அதுவரை தொழிற்சாலையாக இருந்த சென்னை ஓவியக் கல்லூரியின் முகத்தை மாற்றி ஓவியம், சிற்பம்

பயிற்றுவிக்கும் 'சித்திரவேலை வித்தியாசாலை'யாக மாற்றியவர் இவர்தான். அதுவரை புத்தகத்தில் இருந்த சித்திரங்களைப் பிரதியெடுத்துக்கொண்டிருந்த மாணவர்கள் முன் மாடல்களைக் கொண்டுவந்து நிறுத்தினார். புதியதொரு நவீனச் சித்திர பாணியை உருவாக்கி, புதிய இந்தியக் கலைமரபை வடிவமைத்ததில் ராயின் பங்கு மிகவும் முக்கியமானது. பணிக்கரும் தனபாலும் ராயின் மாணவர்கள். சௌத்ரி ஓய்வுபெற்ற பிறகு பணிக்கர், கல்லூரிக்கு முதல்வரானார். இவர் முதல்வரான காலகட்டத்தில் சிற்பத்துறைக்குப் பொறுப்பாளரானார் தனபால். இதுதான் சென்னை ஓவியக் கல்லூரியின் பொற்காலம்.

காலனியக் கலைவடிவ மரபுக்கு மாற்றாக, நவீன ஓவியத்துக்கான சிந்தனையும் தாக்கமும் மலர்ந்த காலகட்டம் அது. அப்படியான படைப்புகளை உருவாக்குவதும், உருவாக்குபவர்களை உற்சாகப்படுத்தி நெறிப்படுத்துவதும், உருவாக்கியவற்றைச் சரியான இடத்துக்குக் கொண்டுபோய்ச் சேர்ப்பதும் முதன்மைப் பணியாக இருந்தது. பணிக்கர், தனபால் வாத்தியார் இருவரும் அந்தப் பணியைத் திறம்படச் செய்தார்கள். அதன் விளைவாக, இந்திய அளவில் சென்னை ஓவியக் கல்லூரியின் மாண்பு மேம்பட்டது.

தனபால் வாத்தியாரின் மாணவரும் மருமகனுமான ஓவியர் ஆர்.பி. பாஸ்கரன், பிற்காலத்தில் சென்னை ஓவியக் கல்லூரியின் முதல்வராகப் பொறுப்பு வகித்தவர். 'லலித்கலா அகாதமி'யின் தேசியத் தலைவராகவும் இருந்தார். தனபால் வாத்தியாரோடு மிகவும் நெருக்கமாக இருந்ததோடு, நவீன ஓவிய இயக்கத்தின் முக்கியக் காலகட்டத்தில் தீவிரமாக இயங்கியவர். ஒரு மாலை நேரத்தில், தனபால் குறித்த தன் பெருமித நினைவு களை ஆர்.பி. பாஸ்கரன் பகிர்ந்துகொண்டார்:

"தனபால் வாத்தியார், பணிக்கர் ஆகியோர் காலம் சென்னை ஓவியக்கல்லூரிக்கு மட்டுமல்ல, இந்திய நுண்கலை மரபுக்கே பொற்காலம்தான். நவீன ஓவிய இயக்கம் துளிர்த்த காலம் தொட்டு, அதில் தனபாலின் அருகில் நின்று இயங்கியவன் என்பது இப்போதும் எனக்குப் பெருமிதம் தரும் விஷயம். அவர்களின் வழிகாட்டுதல்படி சென்னை ஓவியக்கல்லூரி யில் உருவாகும் ஓவியங்கள், சிற்பங்களையெல்லாம் நான், வாசுதேவன் போன்றவர்கள் டெல்லி, மும்பை என்று இந்தியாவெங்கும் கொண்டுசேர்த்தோம். பத்திரிகைகள் அவற்றை விரிவாக எழுதின. இதுதான் அறுபதுகளில் உருவான நவீன கலை இயக்கத்தின் ஆரம்பம். நான், ஆதிமூலம், தட்சிணாமூர்த்தி, முத்துசாமி, கந்தசாமி, 'க்ரியா' ராமகிருஷ்ணன்

போன்றோரெல்லாம் இலக்கியவாதிகளை இதற்குள் கொண்டு வந்தோம். இதழ்களில் புதிய தலைமுறை எழுத்தாளர் களின் படைப்புகளுக்கு ஓவியங்கள் வரைந்து கொடுத்து, இன்னொரு பக்கம் இந்த முயற்சியைத் தீவிரமாக முன்னெடுத்துச் சென்றோம்.

அது ஒரு விசித்திரமான காலகட்டம். கோயிலில் இருந்த சிற்பங்களையும் நேரெதிர்க் காட்சிகளையும் வரைந்துகொண் டிருந்த ஓவியர்களுக்கு மத்தியில், நவீன ரியலிஸ்டிக் சித்திர மரபின் மீதான நாட்டத்தோடும் சிந்தனையோட்டத்தோடும் ஒரு குழு இயங்கிக்கொண்டிருந்தது. அதுதான் தொடக்கம் என்பதால், அந்தச் சிந்தனையுடைய ஆசிரியர்களும் மாணவர்களும் வயது பேதமின்றி, ஆசிரியர்–மாணவர் வேறுபாடின்றி, சக கலைஞர்களாக ஒன்றிணைந்து இயங்கினார்கள். அந்த ஒன்றிணைவுதான் நவீன ஓவிய இயக்கத்தை அடுத்த 50 ஆண்டுகளுக்குச் சிதைவில்லாமல் நகர்த்திச் சென்றது. தவிர, உலகெங்கும் இந்திய ஓவியர்களுக்குத் தவிர்க்கவியலாத பீடங்களையும் பெற்றுத் தந்தது.

காலனிய ஆதிக்கத்தின்கீழ் சில நூற்றாண்டுகள் முடங்கிக் கிடந்து மீண்டெழுந்த ஒரு தேசம், மிக விரைவாகவே தனக்கான சுய அடையாளங்களைக் கண்டடையும். அதற்கான கர்த்தாக்களைக் காலம் பிரசவிக்கும். ராய் சௌத்ரியும் பணிக்கரும் தனபால் வாத்தியாரும் அப்படி உதித்தவர்கள்தாம். சுதந்திரமடைந்த பிறகு, இந்தியா முழுவதும் சுயதேடலுக்கான எழுச்சி உதித்தது. எழுத்து, ஓவியம் என எல்லாத் துறைகளிலும் அது பல மாற்றங்களை விதைத்தது. வங்காளத்தில், பரோடாவில், டெல்லியில் உள்ள ஓவியக் கல்லூரிகளிலெல்லாம் இந்த மாற்றம் பரவியது. பேனர் எழுதவும், சுவர்ச் சித்திரம் எழுதவும் சென்ற ஓவியர்களுக்கு வேறுபல கதவுகள் திறக்கத் தொடங்கின. நவீன ஓவியம் என்கிற புதிய தத்துவ மரபு உருவாக்கப்பட்டது. உலகெங்குமிருந்து வரும் கலைஞர்கள், நம் படைப்பாளிகளின் திறமைகளை விழியுயர்த்திப் பார்த்தார்கள்.

நானும்கூட பேனர் ஆர்டிஸ்ட்டாக வேண்டுமென்ற கனவோடுதான் ஓவியக் கல்லூரிக்குள் நுழைந்தேன். ஆனால், அங்கு எனக்குக் கிடைத்த அனுபவம் வேறு. ஆசிரியர்களும் மாணவர்களுக்கு இணையாக உழைத்தார்கள். வாழ்க்கையே வேறுவிதமாக இருந்தது. தனபால் வாத்தியார் இயல்பில் டான்ஸர் என்பதால், அவரது அத்தனை செயல்பாட்டிலும் அது உடல்மொழியாக ஊறிக்கிடந்தது. களிமண்ணை எடுத்து பேஸ்ட் செய்யும்போதுகூட அவரது விரல்களும் உடலும் நடனமாடும்.

ராய் சௌத்ரி மிகப்பெரும் கலைஞன். நவீனக் கலைச்சிந்தனையை அடுத்த தலைமுறைக்குக் கடத்தியவர். ஆனாலும், அவருடைய படைப்புகளில் காலனியக் கலைமரபென்பது தவிர்க்க முடியாத அங்கமாக இருந்தது. ஆனால், தனபால், மாணவர்களின் சுயபடைப்புத் திறனை ஊக்கப்படுத்தினார். 'முன்மாதிரிகளைக் கருதாமல் நீ உன் படைப்பை உருவாக்கு' என்று புதிய திசையைக் காட்டினார். அதுதான் அவரது ஆகப்பெரிய பங்களிப்பு. அதுதான் தனித்த அடையாளம்கொண்ட பல ஆளுமைகளை இந்தியாவுக்குத் தந்தது.

ராய் சௌத்ரி, சிற்பியாக இருந்தாலும்கூட அவர் முதல்வராக இருந்த காலகட்டத்தில் சிற்பத்துறை சரிவரப் பராமரிக்கப்படாமல்தான் இருந்தது. தலைவர்களின் ஆளுயரச் சிலைகளையும் ஓவியங்களையும் உருவாக்குவதில்தான் அவர் கவனம் செலுத்தினார். படைப்பாற்றல் சார்ந்த கான்டம்ப்ரரி சிற்பங்கள்மீது அவர் கவனம்கொள்ளவில்லை. சிற்பத்துறைக்குப் பொறுப்பாளராக ஒரு மோல்டரையே நியமித்தார் சௌத்ரி.

பணிக்கர், முதல்வர் பொறுப்புக்கு வந்த பிறகு, சிற்பத் துறைக்குப் பொறுப்பாளராக தனபால் நியமிக்கப்பட்டார். பலமுறை நிர்வாகத்துக்குக் கோரிக்கை விடுத்தும், சிற்பம் உருவாக்கப் பயன்படுத்தப்படும் வெள்ளைக் களிமண் வாங்க போதிய நிதி ஒதுக்கப்படவில்லை. வெறுத்துப்போன தனபால், 'குயவர்கள் பயன்படுத்தும் சாதாரணக் களிமண்ணை வாங்கிக் கொள்கிறேன்' என்றுகூறி, வண்டி வண்டியாக இறக்கினார். மாணவர்களுக்கு அது புது அனுபவமாக இருந்தது. பணிக்கர், தனபால் எடுத்த எல்லா முயற்சிகளுக்கும் துணை நின்றார்.

தனபால், புதிது புதிதாக மாணவர்களை ஓவியக் கல்லூரிக்குக் கொண்டுவந்தார். லேசாகப் பொறி தட்டினாலே, அதை ஊதிப் பெரிதாக்கிக் கனவுகளை விதைத்துக் கல்லூரிக்குள் கொண்டு வந்துவிடுவார். கே.எம்.கோபால், ஸ்ரீலங்காவைச் சேர்ந்த பஞ்சநாதன், யூகி, ஆதிமூலம், வீர சந்தானம், தட்சிணாமூர்த்தி, எஸ்.கே. ராஜவேலு, என்னைப் போன்ற பலர் அவரது இல்லத்திலேயே தங்கி வளர்ந்தவர்கள்தான். மாணவர்களாக எவரையும் சுருங்கக் கருதியதில்லை. அவர்களின் படைப்பு களைக் கொண்டாடினார். அவற்றைத் தகுந்த இடத்தில் நிறுத்தி அங்கீகாரம் பெற்றுத் தந்தார்.

இந்தியாவில் தோன்றிய ஓவிய இயக்கத்தின் கர்த்தாக்களைக் காலவரிசைப்படி தொகுப்பது மிகவும் எளிது. காரணம், சுதந்திரத்துக்குப் பிறகு மிக வீரியமாகத் தொடங்கி, குறிப்பிட்ட காலகட்டத்தோடு அந்த வரிசை நின்றுவிட்டது. நவீன ஓவிய

இயக்கத்தைத் தொடங்கி வைத்து வழிநடத்தியவர்கள் தனபால், பணிக்கர், கிருஷ்ணாராவ் ஆகியோர்.

கன்னியப்பன், முனுசாமி, சந்தானராஜ், அந்தோணி தாஸ், ஜானகிராமன், டி.ஆர்.பி. மூக்கையா, பெருமாள் போன்றோர் இவர்களின் நேரடி மாணவர்கள். ஆதிமூலம், நான், தட்சிணாமூர்த்தி உள்ளிட்டோர் இவர்களிடமிருந்து உருவான அடுத்த தலைமுறைக் கலைஞர்கள். டிராட்ஸ்கி மருது, சந்ரு, விஸ்வம், வீரசந்தானம் ஆகியோர் இவர்களைத் தொடர்ந்து நம்பிக்கையோடு நவீன ஓவியத்தில் இயங்கியவர்கள். இதுதான் 60 ஆண்டுக்கால படைப்பாளிகளின் வரிசை.

சென்னை ஓவியக் கல்லூரி வளர்ந்தது. நிறையப் படைப்பாளிகள் உருவானார்கள். அவர்களது படைப்புகள் உலகெங்கும் காட்சிப்படுத்தப்பட்டன. இந்தப் படைப்பாளி களை ஒருங்கிணைத்துச் செயல்பட வேண்டிய அவசியத்தை உணர்கிறார்கள் தனபாலும் பணிக்கரும். அதற்காக உருவாக்கப்பட்டதுதான் ‘சோழமண்டலம் கலைக் கிராமம்’. இது ஒருங்கிணைவுக்காக ஏற்படுத்தப்பட்டது; ஆனால், மிக விரைவிலேயே மொழி அரசியலில் அது சுழன்றது.

அரசு, முதலில் முகப்பேர் பக்கம்தான் இடம் வழங்கியது. ஆனால், ‘மகாபலிபுரத்துக்கு அருகில் அதை உருவாக்குவதே பொருத்தமாக இருக்கும்’ என்று தனபால் உறுதியாக இருந்தார். அதனால், ஓவியர்களே பணம் போட்டு திருவான்மியூரையொட்டி, தேடிப்பிடித்து இடம் வாங்கினார்கள். இரவு, பகலில்லாமல் இந்தக் கலைக் கிராம வடிவமைப்புக்காக உழைத்தார் தனபால். அங்கு வேலை செய்யும் ஓவியர்களுக்காக மயிலாப்பூரிலுள்ள தன் வீட்டிலிருந்து சைக்கிளிலேயே சாப்பாடு எடுத்துச்செல்வார்.

சோழமண்டலம் ஓவியக் கிராமம், சிற்பி தனபாலின் கனவு. கிழக்குக் கடற்கரைச் சாலையில், 5 ஏக்கர் நிலம் வாங்கி 30 கலைஞர்களுக்குப் பிரித்து வழங்கினார்கள். துணைத் தலைவராக தனபால் இருந்தார். எல்லோரும் அவரவர் மனையில் குடிசைகளை அமைத்துக்கொண்டோம். நான், ஆதிமூலம், தட்சிணாமூர்த்தி மூவரும் அங்கேயே தங்கி ஓவியங்கள் வரைவோம். விஸ்வநாதன், வாசுதேவன் இருவரும் எங்களுக்கு அருகில் தங்கியிருந்தார்கள். மதியம் கடற்கரைக்குப் போய் படகிலிருந்து வரும் மீனவர்களுக்கு உதவிகள் செய்வோம். மீன் தருவார்கள். கஞ்சியும் மீனும்தான் உணவு. இரவு மின்சாரம் இருக்காது. அரிக்கேன் விளக்கை ஏற்றிவைத்துக்கொண்டு அமர்ந்திருப்போம். பல நாள்கள், தனபால் வாத்தியார் எங்களுக்கு உணவு எடுத்து வந்திருக்கிறார்.

எல்லாம் நல்லபடியாகச் சென்றுகொண்டிருந்தது. எங்களுக்கு ஒதுக்கப்பட்ட இடத்தில் வீடுகட்ட நாங்கள் நினைத்தோம். அதற்காக, அவரவர் இடத்தை அவரவர் பெயருக்கு மாற்றித் தரும்படி கேட்டோம். பணிக்கர் ஏற்கவில்லை. 'அறக்கட்டளையின் பெயரில் இருப்பதால் மாற்றித்தர முடியாது' என்றார். 'எங்கள் பணத்தில் வாங்கப்பட்ட இடம். அதைப் பிரித்தும் தந்துவிட்டீர்கள். பெயர் மாற்றித் தந்தால்தானே நாங்கள் வீடு கட்டிக் குடியேற முடியும்' என்றோம். பணிக்கர், ஏற்றுக்கொள்ளவில்லை. 'நீங்கள் உறுப்பினர் உரிமையை இழந்துவிட்டீர்கள். இதோ உங்கள் பணம்' என்று, 18 பேரின் பணத்தையும் திருப்பிக் கொடுத்துவிட்டார். அதே வேகத்தில் கேரளாவிலிருந்தும் ஆந்திராவிலிருந்தும் ஓவியர்களைக் கொண்டுவந்து குடியேற்றத் தொடங்கினார்.

இதைப் பொறுக்கமுடியாமல் தனபால் வெளியே வந்தார். ஆதிமூலம், தட்சிணாமூர்த்தி உட்பட 18 பேரும் வெளியே வந்தோம். பணிக்கரும், தனபாலும் மாணவர்களாக இருந்த காலத்திலிருந்தே நெருக்கமான நண்பர்கள். தனபாலுக்குச் சிற்பத் துறையின் மீது ஈடுபாட்டை ஏற்படுத்தியவர் பணிக்கர்தான். இருவரும் உலகெங்கும் பயணித்து, மியூசியங்கள், ஓவியக் கண்காட்சிகளை எல்லாம் பார்த்து, புதிது புதிதாகச் சிந்தித்து மாணவர்களுக்குப் பயிற்றுவித்தார்கள். சோழமண்டலம் இருவருக்கும் இடையில் மனத்தாங்கலை ஏற்படுத்தியது. ஆயினும், தனபாலுக்கு பணிக்கர் மீதிருந்த அன்பும் நட்பும் மாறவில்லை. பிற்காலத்தில், அவர் எழுதிய சுயசரிதையிலும் கட்டுரைகளிலும் பணிக்கர் பற்றிய நினைவுகளை மிகவும் பெருமிதமாகப் பதிவு செய்திருக்கிறார்.

ராய் சௌத்ரி, தலைவர்களின் உருவங்களைச் சிற்பமாக்குவதில் மிகுந்த ஈடுபாடு காட்டுவார். பிளாஸ்டர் ஆப் பாரீஸில் சிலையைச் செய்து இத்தாலிக்கு அனுப்பி மோல்டிங் செய்து வாங்குவார். ராய் சௌத்ரியிடமிருந்தே தலைவர்களின் சிற்பங்களைச் செய்யும் ஆர்வம் தனபாலுக்கும் வந்தது. 'தமிழகத்தில் வடித்துவைக்கப்பட்டுள்ள தலைவர்களின் சிலைகள் கலைத்தன்மை இல்லாமல் பொம்மைகளாக இருக்கின்றன' என்று கருதினார் தனபால். அவர் வடித்த பல சிற்பங்கள் மிகுந்த அழகியல்தன்மை மிக்கவை. தலைவர்களை அளவெடுத்து, எதிரில் அமரவைத்து சிற்பம் வடிப்பார். முதலில் செய்தது புரட்சிக் கவிஞர் பாரதிதாசன் சிற்பம். 15 நாள்கள் முழுமையாகச் சிலைக்காக போஸ் கொடுத்தார் கவிஞர். பெரியார், காமராஜர், குடியரசுத் தலைவர் ராதாகிருஷ்ணன், திரு.வி.க, நேரு, காந்தி எனப் பல சிற்பங்களை அவர் செய்திருக்கிறார். அவர் செய்த

காமராஜர் சிற்பம், சென்னை மாநகராட்சி அலுவலகத்தின் மேயர் அறையில் வைக்கப்பட்டுள்ளது. லட்சுமணசாமி முதலியார் சிலை, சென்னை ஐ.ஐ.டி வளாகத்தில் இருக்கிறது.

உலகத்தமிழ் மாநாட்டையொட்டி, சென்னை கடற்கரையில் தலைவர்களின் சிலைகளை வைக்க முடிவுசெய்தது அப்போதைய தி.மு.க அரசு. இதற்கென நிறைய சிற்பிகள் தேர்வு செய்யப்பட்டார்கள். வ.உ.சி சிலை செய்யும் பணி ஆதிமூலத்துக்கு வழங்கப்பட்டது. பெரியார் சிலைவடிக்கும் பணி தனபால் வாத்தியாருக்குத் தரப்பட்டது. மிகுந்த ஈடுபாட்டோடு அந்தப் பணியில் இறங்கினார் தனபால். சிலை பிரமிப்பூட்டுவதாக வளர்ந்தது. கவிஞர் பாரதிதாசன் அந்தச் சிலையைப் பார்த்து வியந்து கவிதைகூட எழுதினார். குறிப்பிட்ட காலத்திற்குள் சிலைசெய்யும் பணி நிறைவுற்றது. ஆனால், என்ன காரணத்தினாலோ, அந்தச் சிலை கடற்கரையில் வைக்கப்படவில்லை. அதைப் பெற்றுக்கொள்ளக்கூட யாரும் வரவில்லை.

அந்தக் காலகட்டத்தில், கும்பகோணம் கவின்கலைக் கல்லூரிக்கு மாற்றப்பட்டார் தனபால். அவர் செய்த பெரியார் சிலை, வீட்டு வளாகத்திலேயே இருந்தது. களிமண் துகள் துகளாகத் தெறித்து விழுந்தது. கட்சிக்காரர்கள் சிலர் வந்து அதை எடுத்துச் சென்றுவிட்டதாகத் தனது சுயசரிதையில் பதிவுசெய்திருக்கிறார் தனபால். அவர் உருவாக்கிய பெரியார் சிலை ஏன் நிறுவப்படவில்லை என்ற காரணம் இன்றுவரை புலப்படவில்லை. நெடுங்காலம் அந்த வேதனை தனபாலை வாட்டியது" என்று பெருமூச்சோடு முடித்தார் ஆர்.பி. பாஸ்கரன்.

ஓவியர் டிராட்ஸ்கி மருதுவோடு நிகழும் எல்லா உரையாடல்களும் தனபால் வாத்தியாரில் தொடங்கி தனபால் வாத்தியாரில்தான் நிறைவடையும்.

"தனபால் சாருக்கு அருகிலிருந்து கற்றதும் வேலைகள் செய்ததும் மிகவும் முக்கியமான காலம். நாங்கள் கல்லூரியில் சேரும் காலத்தில் அவர்தான் முதல்வர். 77இல் முடிக்கும்போது அவரும் ஓய்வுபெற்றுவிட்டார். எப்போதும் இயங்கிக்கொண்டே இருப்பார். அத்தனை மாணவர்களும் அவரைத்தான் முன்னுதாரணமாகக் கொண்டோம்.

கிராமப்புறங்களிலிருந்து வந்த மாணவர்களைத் தன் பிள்ளைகளைப்போலப் பார்த்துக்கொள்வதோடு, தனித்த ஈடுபாட்டோடு கற்றும் கொடுப்பார். மிகவும் நுட்பமாகக் கவனித்து, தனித்தனியாக நெறிப்படுத்துவார். ஒவ்வொரு மாணவரைப் பற்றியும் முழுமையாகத் தெரிந்து வைத்திருப்பார்.

ஒரு படைப்பாளி, நல்ல கலைஞனாக மட்டும் இருந்தால் போதாது. நல்ல பண்புகளும் வேண்டும். பொதுவெளியில் மனிதத் தன்மையோடு இயங்க வேண்டும். இந்தப் படிப்பினைகள் எல்லாம் தனபால் வாத்தியார் மூலமாகவே எங்களுக்குக் கிடைத்தன. எங்கள் எதிர்காலத்தை, வாழ்க்கையை வடிவமைத்தது அவர்தான்.

நாங்கள் படித்த காலத்தில் நடந்த மிக முக்கிய நிகழ்வு, கல்லூரியின் நூலகத்தை மேம்படுத்தியது. தனபால் வாத்தியார்தான் அதைச் செய்தார். அதுதான் இப்போது நாங்கள் பல்வேறு துறைகளில் தனித்து அடையாளப்பட்டு நிற்க உதவியது. திரைப்படம் சார்ந்து, ஃபோட்டோகிராபி சார்ந்து, சித்திரக் கலையின் துணைக் கலைகள் சார்ந்து பல நூறு புத்தகங்களை தனபால் வாத்தியார் அங்கே வாங்கிக் குவித்தார்.

ஓய்வுபெற்ற பிறகும்கூட அவர் கற்றுக்கொடுத்துக்கொண்டே இருந்தார். ஆர்வத்தோடு வரும் மாணவர்களுக்கு ஓவியக் கல்லூரியில் இடம்பெற்றுக் கொடுத்து வழிநடத்தியிருக்கிறார். கடந்த 50 ஆண்டுகளில், தமிழகத்தில் உருவான ஓவியர்கள், சிற்பிகளின் வாழ்க்கையில் அவரின் தாக்கம் நிச்சயமாகப் படிந்திருக்கும்.

கல்லூரியைப் பல்கலைக் கூடமாகவே வைத்திருந்தார். தியேட்டர், சினிமா என நல்ல கலைகள் வளாகத்துக்குள் நிகழ்ந்து கொண்டேயிருக்கும். சந்தானராஜ், அந்தோணி தாஸையெல்லாம் வீட்டுக்குப் போய் அழைத்து வந்து ஆசிரியராக்கினார்.

எனக்குத் தனிப்பட்டமுறையில் அவரோடு மிகப்பெரிய பந்தம் உண்டு. நான் வாத்தியாரைச் சந்திப்பதற்குப் பத்தாண்டு களுக்கு முன்பே, என் அப்பாவுக்கும் வாத்தியாருக்கும் நட்பு இருந்தது. வாத்தியார் பெரியார் சிலையைச் செய்யும்போது, அதைப் படம் எடுத்து வீட்டில் வைத்திருந்தார் அப்பா. அந்தப் படத்தை இன்னும் பொக்கிஷமாகப் பாதுகாத்து வைத்திருக்கிறேன். தனபால் வாத்தியார் வீட்டிலிருந்து இரண்டு தெருக்கள் தள்ளித்தான் என் தாத்தாவின் வீடு. முதன்முறை வாத்தியாரைச் சந்தித்தது அழியாத காட்சியாக இன்னும் நினைவில் இருக்கிறது. அப்போது பத்தாம் வகுப்பு படித்துக்கொண்டிருந்தேன். வாத்தியாரின் மகளுக்கும் பாஸ்கரன் சாருக்கும் திருமணம் முடிந்து, சாமியானாகூட அவிழ்க்காத தினத்தில்தான் என் தாத்தா என்னை வாத்தியாரிடம் அறிமுகம் செய்துவைத்தார். என்னைக் கனிவோடு அருகில் அழைத்து, 'நீ வரைந்த ஓவியங்கள் ஏதும் வைத்திருக்கிறாயா?' என்று கேட்டார். வீட்டுக்கு ஓடிப்போய் அள்ளிக்கொண்டு வந்து காண்பித்தேன். அதையெல்லாம் பார்த்தவர், 'இவனுக்கு ஓவியக் கல்லூரியில் கண்டிப்பாக இடம்

கிடைத்துவிடும். என்கிட்ட விட்டுடுங்க' என்றார். சொன்னபடியே இடம் கிடைத்தது. அவரால் முழுமை செய்யப்பட்ட ஓவியர்களின் வரிசையில் நானும் ஒருவன் என்பது எப்போதும் எனக்குப் பெருமை.

மதுரை கலாச்சாரப் பின்னணியின் பெரும்போக்கில் இடை ஊடாகச் சம்பந்தப்பட்டவர் தனபால். தலைமறைவு வாழ்க்கையின்போது என்.எஸ். கிருஷ்ணன், ஜீவா போன்ற ஆளுமைகளை தனபால் வாத்தியார் தனது வீட்டில்தான் ஒளித்துவைத்திருந்தார்.

எழுத்தையும் சித்திரத்தையும் இணைத்தது தனபால் வாத்தியார் தொடங்கிவைத்த நவீன ஓவிய இயக்கம். பாஸ்கரன், தட்சிணாமூர்த்தி, ஆதிமூலம் மூவரும் இலக்கியவாதிகளோடு நெருக்கமான பரிச்சயம் கொண்டிருந்தார்கள். 70களில் நிகழ்ந்த அந்த மாற்றம் இரு துறைகளையும் அடுத்த தளத்துக்குக் கொண்டு சென்றது. அந்த இயக்க மனநிலைதான் பொதுவெளியிலும் வெகுஜனப் பத்திரிகைகளிலும் இணைந்துகொண்டு இயங்க வேண்டுமென்று என்னைத் தூண்டியது.

தனபாலின் சித்திரங்கள், பெங்காலி மரபின் தொடர்ச்சி. மிகச் சிறிய கோடுகளைக் கொண்ட லீனியல் டிராயிங் அவருடைய பாணி. அவர் படித்தது ஓவியமாக இருக்கலாம். என்னைப் பொறுத்தவரை, 'டான்ஸராக இருந்து சிற்பியாக மாறியவர்' என்றுதான் சொல்லுவேன்.

கடந்த 15 ஆண்டுகளில், ஓவியக் கல்லூரியின் பாதை மாறி விட்டது. 70களில் நிகழ்ந்த வீரியமான உருவாக்கம் அதன்பிறகு நிகழவேயில்லை. தனபால் வாத்தியார் போட்ட பாதைதான் சரியான பாதை. அதிலிருந்து விலகியதன் விளைவைத் தமிழ்ச் சமூகம் இன்று எதிர்கொள்கிறது. நாளையும் எதிர்கொள்ளாமல் இருக்க, எல்லோரும் சேர்ந்து பணியாற்ற வேண்டும் ...” என்றார் ஓவியர் டிராட்ஸ்கி மருது.

“தனபால் காலமான பிறகு, தமிழகத்திலுள்ள ஓவியர்கள் அனைவரும் சேர்ந்து, 'தனபால் நினைவாகக் கடற்கரைச் சாலையில் ஒரு நினைவகம் அமைக்க வேண்டும்' என்று கோரிக்கை விடுத்தார்கள். தமிழகத்திலுள்ள பெரும்பாலான படைப்பாளிகள் அந்தக் கோரிக்கை மனுவில் கையெழுத்தும் போட்டிருந்தார்கள். சிறிது காலத்துக்குப் பிறகு, கலைப் பண்பாட்டுத் துறையின் இணை இயக்குநர் அந்தக் கோரிக்கை மனுவை இணைத்து, ஒரு குறிப்பாணையைக் கவின்கலைக் கல்லூரியின் முதல்வருக்கு அனுப்பினார். அதில், 'இதற்கு

முன்பு, தனி ஒரு கலைஞருக்கு நினைவகம் அமைக்க, அரசு நில ஒதுக்கீடு செய்த முன்நிகழ்வுகள் ஏதும் இல்லை. கலைஞரின் நினைவைப் போற்றும் வகையில் சென்னை அரசு கலைத்தொழில் கல்லூரியில் அவரது திருவுருவப் படத்தைத் திறந்துவைத்துச் சிறப்புச் செய்யலாமென்று தெரிவித்துக் கொள்ளப்படுகிறது' என்று அதில் எழுதப்பட்டிருந்தது. அப்போது கல்லூரியில் முதல்வராக இருந்தவர், தனபால் வாத்தியாரின் மருமகன் ஆர்.பி. பாஸ்கரன்.

"இதுதான் தமிழகத்தில் பிறந்து வாழ்ந்து பங்களிப்புச் செய்த ஆளுமைகளுக்கு அரசாங்கங்கள் கொடுக்கிற மரியாதை. இதைவிட ஒரு படைப்பாளிக்கு நேரும் அவமானம் வேறென்ன இருக்க முடியும்? இந்தியச் சித்திர மரபை, மேலை நாட்டுத் தத்துவத் தாக்கத்திலிருந்து மீட்டு, சுயசார்புள்ள வடிவத்துக்குக் கொண்டுவந்த பேராளுமை தனபால். அவரது பங்களிப்பையும் அவரது உழைப்பு ஏற்படுத்திய தாக்கத்தையும் தமிழகம் எப்படிப் புரிந்துகொண்டிருக்கிறது என்று பார்த்தால் ஏமாற்றம்தான் மிஞ்சுகிறது.

தனபால், கிருஷ்ணாராவ், பணிக்கர் போன்றோர் நேரம் காலம் பார்க்காமல் கொடுத்த உழைப்பின் பலன்தான், இன்று இந்தியப் படைப்பாளிகளுக்குக் கிடைக்கிற அங்கீகாரமும் கௌரவமும். அத்தகைய ஆளுமைக்கு நினைவகம் அமைக்க வேண்டும் என்ற கோரிக்கையை ஏற்கவில்லை அரசு. ஓவியக் கல்லூரியில் புகைப்படத்தை மாட்டச்சொல்லி என் மூலமாகவே அந்தக் கோரிக்கை மனுவை முடித்துவைத்தார்கள் ..." என்கிறார் ஆதங்கமாக ஆர்.பி. பாஸ்கரன்.

சிற்பி தனபாலின் பங்களிப்பை அரசோ கல்வி நிறுவனங்களோ எந்தவிதத்திலும் கொண்டாடவில்லை. அவர் பெயரில் ஒரு மியூசியத்தை உருவாக்கி, தமிழின் அத்தனைப் படைப்பாளி களின் படைப்புகளையும் அங்கே காட்சிக்கு வைக்க வேண்டும். அதுதான் அவருக்குச் செய்யும் மரியாதை!

9

விக்ஷவம்
எழுத்தாளர்

'மதராஸ் ஸ்கூல் ஆஃப் ஆர்ட்ஸ்' இந்தியாவின் முதல் கலைக் கல்லூரி 1850இலேயே நிறுவப் பட்டது. மற்றப் பள்ளிகளுடன் ஒப்பிடுகையில் இங்கே பயிற்சி பெற்றவர்களின் படைப்புகளில் கலைத்துவம் பொருந்திய வெளிப்பாடும், தனித்துவம் வாய்ந்த உத்திகளும் ஒருங்கே மிளிர்வதைக் காணலாம். மற்ற இடங்களைப் பார்க்கையில் இங்கே போலித்தனமும் வெறும் பகட்டும் மிகக் குறைவு. கலை உணர்ச்சி உண்மையாகவும் அதன் உந்துதல் தீவிரமாகவும் இருக்கையில் அது நன்கு பயிற்சி பெற்ற பண்படுத்தப்பட்ட வழிகளில் வெளிப்படுத்தப் படுவதால் படைப்புகள் அவற்றைப் படைத்தவருக்கும், அவற்றைக் கண்டு அனுபவிப்பவருக்கும் கலையின் முக்கிய அம்சமான ஆத்ம சந்துஷ்டியையே அளிக்கின்றன. இங்கே பயிற்சி பெற்றவர்கள் பலர் தம் நாட்டில் மட்டும் அன்றிச் சர்வதேச அளவிலும் கூடப் பிரசித்தி பெற்றுள்ளனர்.

தெற்கில் ஓவியம், சிற்பம் முதலியன நன்கு வளர்ச்சியுற்றிருப்பதற்குக் காரணமானவர்களில் ஒருவராக மதராஸ் கலைப் பள்ளியின் முதல்வர் எஸ். தனபாலையும் சொல்லலாம். இன்றைய பல முதல் வரிசைக் கலைஞர்களான ஆதிமூலம், பாஸ்கரன், தட்சிணாமூர்த்தி, ஜானகிராமன், முருகேசன், சந்தானராஜ், கன்னியப்பன், அந்தோனிதாஸ் போன்றவர்கள் பலரும் அவரிடம் பயிற்சி பெற்றவர்கள். அவரிடம் தாம் பயிற்சி பெற்றோம் என்று சொல்லிக்கொள்வதில் பெருமைப்படுபவர்கள்.

முப்பது நாற்பது வருடங்களாய் இந்தத் துறையில் இருந்துவரும் தனபால் முக்கியமான ஒரு சிற்பி. இளம் பருவத்தில் அவருடைய சினேகிதன் வீட்டில் வீணையில் யாளி முகம் செதுக்குவதை வேடிக்கை பார்க்கையில் ஏற்பட்ட இந்த ஈடுபாடு இதுவரை அவருக்குப் பெரிய விருதுகளையும் சர்வதேச அளவில் ஒரு மதிப்பையும் தேடிக் கொடுத்திருக்கிறது. ஆனால் அவருடைய அந்தச் சினேகிதன் இந்தக் கலையில் ஈடுபடவில்லை. இதைக் குறிப்பிடுகையில் கலைக்கும் கலைஞனுக்கும் ஜன்மாந்திர அளவில் ஒரு தொடர்பு இருக்கக் கூடும் என்கிறார் தனபால். சிற்பக்கலை, அதுவும் மரத்தில் செதுக்குவதுதான் அவருடைய முக்கிய ஈடுபாடு எனினும் அவர் பயிற்சி பெற்றது என்னவோ ஓவியத்தில், நல்ல சிறந்த ஓவியங்களையும் தீட்டியுள்ளார்.

இந்தியக் கலைவடிவங்கள் மேற்கத்திய பாதிப்பினால் எவ்வாறு வளர்ச்சியடைந்துள்ளன என்று கேட்கிறோம்.

அவர் பேச்சில் சூடு பிறக்கிறது. வளர்ச்சியுறுவதற்கு ஒன்றுமில்லை என்கிறார். ஏனென்றால் மேற்கத்திய பாதிப்புக்கு முன்னரே நமது கலை நன்கு வளர்ச்சியடைந்திருந்தது. முக்கியமாகச் சிற்பக் கலையில், ஆனால் ஓவியத்திலும்கூட நமது வாழ்வில் இந்த வளர்ச்சி ஒரு உச்சகட்டத்தை அடைந்திருந்தது. மேற்கிலும் இங்கேயும் சமகாலத்திய பழைய படைப்புகளை ஒப்பிடுகையில் நமது தரம் உயர்ந்தேயிருக்கிறது என்கிறார்.

மேற்கைப் போலவே இங்கேயும் கலை மதத்தைச் சார்ந்துதான் இருந்தது. ஆனால் நமது கலைஞர்கள் Perspective Propostion போன்ற நுணுக்கங்களுக்கு அதிக முக்கியத்துவம் அளிக்க வில்லை. கலைப்படைப்பில் விஷயம்தான் பிரதானம் எனக் கருதி அதற்கு முக்கியத்துவம் அளித்து அதைச் சீரிய முறையில் வெளிப்படுத்தி வந்தார்கள். தஞ்சாவூர் வண்ண ஓவியங்களைக் குறிப்பிட்டு, இவற்றில் கிருஷ்ணரின் உருவம்தான் பிரதான அம்சம்; எனவே அது பிரதானமாக மற்ற பாதி மனிதரைவிடப் பெரிய அளவில் காட்டப்பட்டிருப்பது உசிதமே என்கிறார். இதேபோலச் சிற்பத்திலும் மனித உடலின் அளவுகள் அதன் பிரயோகத்திற்கே பெரிதுபடுத்தி வடிக்கப்பட்டன. இதனால் அந்தப் படைப்புகள் கலைத்துவத்தை இன்னும் பூரணமாகவே அடைந்தன.

மேற்கூறிய நுணுக்கங்களுக்கு அதிக முக்கியத்துவம் அளித்ததால் மேற்கத்திய படைப்புகள் விஷயத்துவத்தை இழந்து மருத்துவப் பள்ளி மாடல்களைப் போல் ஆகிவிட்டிருக் கின்றன. இந்தக் குறைப்பாட்டை 'டாவின்சி' போன்றவர்களின் படைப்புகளில் கூடக் காணலாம். இது மாடர்ன் பீரியட்

வரையிலும் நீடித்திருந்தது மேற்கின் கலை வளர்ச்சிக்கு ஒரு அளவுகோல்.

பாரிசில் அவர் கண்ட ரோடைனின் கதவுக்கு நம்மூரில் சாதாரணமாகக் காணப்படும் சிற்பவேலைக் கதவுகள் எந்த விதத்திலும் குறைந்துவிடவில்லை என்கிறார்.

மேற்கத்திய பாதிப்பு நமது கலைக்குச் செய்ததுதான் என்ன?

ஆயில், கான்வாஸ் போன்ற பல புதிய உத்திகளை உபயோகிக்கக் கற்றுக்கொண்டோம், அவ்வளவுதான் என்கிறார்.

பழங்காலத்திலிருந்து தற்காலத்துக்குத் திரும்புகிறோம். இன்று நமது கலை எந்த அளவுக்கு வளர்ச்சியடைந்துள்ளது?

தன்னம்பிக்கையுடன் பதிலளிக்கிறார். நன்றாகவே வளர்ச்சியடைந்துள்ளது. மேற்கில் கலைவடிவங்கள் பல இன்னும் பரிசோதனைக் கட்டத்திலேயே இருக்கையில் இங்கு அதைக் கடந்து ஸ்திரமாகப் பல வடிவங்கள் உண்டு பண்ணியுள்ளோம். ஆனால் இங்கிருந்து இனி எங்கே போகப் போகிறோம் என்பதுதான் கேள்வி.

நம்மிடையே திறமை ஏராளமாக இருக்கிறது. மேற்கத்திய மரபுகளைச் சார்ந்து நிற்காமலேயே சுயமாகவே பல கலைஞர்கள் புதிய உத்திகள் பரிமாணங்களைக் கையாண்டுள்ளனர். இவை சர்வதேச அளவில் போதுமான மதிப்பையும் அங்கீகாரத்தையும் பெற்றுள்ளன.

இன்னும் கண்டுபிடிக்கப்படாத கலைஞர்கள் நிறைய இருக்கிறார்கள். கண்காட்சி நடத்தி பத்திரிகைகளில் பெயர் வந்தவர்கள் மட்டுமே சிறந்தவர்கள் என நினைப்பது தவறு. ஆனால் நம்மிடையே இவற்றை மட்டுமே கொண்டு ஒரு கலைஞனை மதிப்பிடுபவர்கள்தான் அதிகம். கேட்ட, படித்த பெயர்களை உதிர்ப்பவர்கள்தான் அதிகம். கலைப் படைப்புகளைப் பாரபட்சமில்லாமல் மதிப்பிட்டுச் சிந்தனைபூர்வமான கருத்துக்களை வெளியிடும் விமரிசகர்கள் மிகக்குறைவு. விமரிசனம் ஒரு நுண்ணிய கலை. ஆனால் இங்கோ, இது பிக்காஸோவைப் போல இருக்கிறது. இது டாலியைப்போல இருக்கிறது என்று எழுதிவிட்டுத் திருப்தியடைந்து விடுகிறார்கள்.

உண்மை பூர்வமான ஒரு கலைப் படைப்பை அடையாளம் கண்டுகொள்ள அக்கலையில் நல்ல ஈடுபாடும் பயிற்சியும் தேவை, அதைத்தவிர மனத்தின் ஆழத்திலிருந்து எழும் ரசனையும் வேண்டும். நம்மவர்கள் போலிகளால் எளிதாக ஏமாற்றப் படுகிறார்கள், அவர்களைக் காட்டிலும் கலைப் பள்ளிக்கு

விஜயம் செய்யும் அயல் நாட்டுப் பயணிகள் பரவாயில்லை. கலைப் படைப்புகளின் தாரதம்மியம் உணர்ந்து அவற்றில் அசலானவைகளை இனம் கண்டு ரசிக்கிறார்கள்.

நம் நாட்டில் கலை இன்னும் ஜனரஞ்சகமாகப் பரவாததற்குக் காரணம் வறுமைதான் என ஆணித்தரமாகக் கூறுகிறார் தனபால். அன்றாடத் தேவைகளையே பூர்த்தி செய்ய முடியாதபோது கலைப்பொருள்களை வாங்கிச் சேகரிப்பது எப்படி?

'Art for the masses' எழுச்சியைப் பற்றிப் பேச்சு திரும்புகிறது. இதில் தனபாலுக்கு அவ்வளவு நம்பிக்கை இல்லை. ஒரு சாதாரண மனிதனுக்குக் கலைப் படைப்புகளின் தரத்தை உணரும் அளவுக்கு ரசனை வளரவில்லை. Literacy Rateஐ சுட்டிக் காட்டுகிறார். கலை சம்பந்தப்பட்ட விஷயங்கள் என்றுமே சமுதாயத்தின் மேல் மட்டங்களாலேயே (பொருளாதார மேல் மட்டங்களா?) ஆதரிக்கப்பட்டுள்ளன என்கிறார். இந்த எழுச்சி, சிலர் தங்களது சுய நோக்கங்களுக்காக ஏற்படுத்திய Fad என்கிறார். அத்துடன் விட்டு விடுகிறோம்.

கலையின் வளர்ச்சியிலுள்ள பல கட்டங்களைப் பற்றிக் கூறுகிறார். Figurative and non–figurative வடிவங்களுக்குள் உள்ள வித்தியாசங்களை விவரிக்கிறார். இன்று கலைவடிவங்கள் யதார்த்தத்தைத்தான் சார்ந்து இருக்க வேண்டும் என்ற கட்டுப்பாட்டைக் கடந்துவிட்டன. ஒரு தலையை வரைந்தால் அதில் முடி கறுப்பாய்த்தான் சித்திரிக்கப்பட வேண்டும் என்று இல்லை; சிவப்பாகவும் இருக்கலாம், நீலமாகவும் இருக்கலாம். அது ஒவ்வொரு ஓவியனின் கண்ணோட்டத்தையும் பொறுத்தது. கலைஞன் தனது கலைத்துவம் வாய்ந்த கண்ணோட்டத்தில், தனக்குள்ளே தனது Perception உண்டு பண்ணும் அனுபவத்தில், விஷயத்தின் முக்கியத்துவம் குன்றிவிடுகிறது. இன்னும் இதைவிட ஒருபடி மேலே சென்று Pure colour, Pure formல் திளைக்கிறான். ஒவ்வொரு வண்ணமும் உண்டு பண்ணும் சலனத்தில் தன்னை மறந்து விடுகிறான்.

கலையைப் பயிற்றுவிக்கும் ஆசிரியராக இருப்பது பிடித்திருக்கிறதா என்று கேட்கிறோம்.

உடனேயே அவர் குரல் மாறுகிறது. ஒரு நெகிழ்ச்சி, ஒரு ஆர்வம். கலைப் பயிற்சி அளிப்பதில் உள்ள பல சிரமங்களை விவரிக்கிறார். மாணவனைச் சரியான வழியில் ஊக்குவித்து ஆர்வம் அளிக்க வேண்டும். அதே சமயம் அவனை அவனுடைய சுய முயற்சியிலிருந்து திருப்பக் கூடாது. மற்றைய கலைஞர்களின் படைப்புகளில் உள்ள சிறப்பை உணர்த்த வேண்டும். அதே சமயம் தவறான பாதிப்புகள் ஏற்பட்டு அவன் மற்றவரைப்

பின்பற்றத் தொடங்கவும் கூடாது. இதில் பல சவால்கள் அடங்கியுள்ளன. மாணவனை நன்கு புரிந்துகொண்டு அவனது திறமையையும் தனித்துவத்தையும் ஒருங்கே வளர்க்க முயற்சிக்க வேண்டும். இந்த முயற்சியில் தனது சொந்தப் படைப்புகளுக்கு நேரம் கிடைக்காதது பற்றிக் குறிப்பிட்டார். இன்று பிரசித்தி பெற்றுள்ள தனது பழைய மாணவர்கள் பலரைப் பற்றிப் பெருமையுடனும் மகிழ்ச்சியுடனும் சொன்னார்.

இன்னும் நிறைய பேசுகிறோம். பள்ளி, அதில் அவர் செய்ய உத்தேசித்துள்ள சீர்திருத்தங்கள், அரசாங்கத்துடன் அன்றாடப் போக்குவரத்து, நம் நாட்டில் காணப்படும் விதவிதமான விநாயகர் விக்கிரகங்களைப் பற்றிச் சொல்கிறார். வசதி இருந்தால் இதை மட்டுமே வைத்து ஒரு பெரிய புத்தகம் பிரசுரிக்கலாம் என்கிறார். ஆகம சாஸ்திரங்கள், கோவில் ஸ்தபதிகள், ஆந்திரத்து மரபொம்மைகள், பொம்மலாட்டம் முதலிய Folk art. அவை பெறும் அரசாங்க ஆதரவு. சங்கீதத்தில் அவருக்கு ஆழ்ந்த ஆர்வம் இருப்பதைக் குறிப்பிட்டபோது அவர் முறையாகப் பரதம் கற்றிருப்பது தெரியவந்தது. நாட்டிய நாடகங்கள் நடத்தியிருக்கிறாராம். அவரது அடக்கமான, ஆனால் மனிதாபிமானம் மிகுந்த பேச்சு எங்களை மேன்மேலும் கவருகிறது. பல சிறந்த ஓவியங்கள், சிற்பங்கள், கலைப்பொருள்கள் அடங்கிய அந்த அறை இத்தகைய பேச்சுக்கு ஏற்ற சூழ்நிலையை ஏற்படுத்துகிறது. அவரைப் பிரிய மனமில்லாமலேயே விடைபெறுகிறோம்.

10

முரளிதரன் கிருஷ்ணமூர்த்தி

ஓவியர்

ஓவியக் கல்லூரியில் நான் நுழைந்த வருடம் 1971. அப்போது தனபால் கும்பகோணம் கல்லூரியின் முதல்வர். சென்னை கவின்கலைக் கல்லூரியில் முதல்வராக கிருஷ்ணாராவ் பொறுப்பில் இருந்தார். மேலும் தனபால் ஒரு கலைஞர் என்பதைத் தாண்டி வேறெதுவும் அப்போது எனக்குத் தெரியாது. ஒருவகையில் மாணவராகக் கல்லூரிக்குள் நுழையும்போது ஜனரஞ்சகமான கலைப்போக்கைப் பற்றித்தான் நமக்குத் தெரியும். உதாரணமாக சில்பி, கோபுலு போன்றவர்களைச் சொல்லலாம்.

கல்லூரியில் சேர்ந்த ஒரு மாத காலத்தில், வளாகத்தின் டெக்ஸ்டைல்ஸ் துறையின் மூலையிலிருந்து நீண்ட தாடி வைத்த ஒருவர் கடந்து செல்வதைப் பார்த்தோம். அதுபோன்ற ஒருவரை ஓவியராக நம்மால் தவிர்க்கவே இயலாது; நல்ல தமிழில் வேறு பேசுகிறார். சக மாணவரான மருதுவுக்கு ஒருவேளை அவரைத் தெரிந்திருக்கலாம். எங்கள் இருவருக்கும் அவரைப் பற்றித் தெரியவில்லை. எங்கள் காலத்தின் மூத்த ஓவியர் என்பதைப் பின்னர் அறிந்தேன்.

உயர்வான ஆங்கில அறிவு எங்களுக்கும் அப்போது இருந்திருக்கவில்லை. எனவே இயற்கையாகவே வீர சந்தானத்துடன் ஒன்ற முடிந்தது. ஒரு வாரம் கழித்து அவருடைய துறைக்கு நான் பார்க்கச் சென்றேன். அந்த உரையாடலில் "சிற்பி தனபால்னு . . . கேள்விப்பட்டிருக்கியா?" என்றார் வீர சந்தானம்.

கல்லூரியில் சேருவதற்கு முன்பு ஓவியத் துறையுடன் தொடர்புடைய ஒருவரைத் தெரியுமென்றால் அது ஆர்.பி. பாஸ்கரன்தான். அவரையும் என்னுடைய மூத்த சகோதரரின் நண்பர் என்ற முறையிலேயே தெரியும்.

ஆகவே, "இப்போ அவரை எங்க பார்க்கலாம்," என்று கேட்டேன்.

இந்த உரையாடல் நடந்த இரண்டு வருடங்கள் கழித்து கிருஷ்ணா ராவ் ஓய்வு பெறுகிறார். அந்த இடத்திற்கு தனபால் வருகிறார். மிக அழகான விஷயமே அதன் பிறகுதான் நடந்தது. வந்த ஒரு மாதத்தில் முழுக் கல்லூரியையும் அலசி ஆராய்கிறார்.

அவர் வந்ததுமே, "அல்ஃபோன்ஸ், பசங்களோட டிராயிங்க பார்த்தா ரொம்ப நல்லா இருக்கு. நாளையிலிருந்து இவர்களுக்கு ஒரு ஸ்டில் லைஃப் கிளாஸ் ஏற்பாடு பண்ணிடணுமே..." என்று சொன்னார். அந்த மூன்று வருடக் கல்லூரி வாழ்க்கையில் அப்போதுதான் முதன்முதலாக அதுபோன்ற பயிற்சியை நாங்கள் பார்க்கிறோம். இவ்வாறான செயல்கள் மூலமாகக் கலையை தனபால் எவ்வளவு விரும்புகிறார் என்பது தெரிந்தது. மாணவர்கள் மீதும் அவ்வளவு அக்கறை எடுத்துக்கொள்வார். அதேபோல ஒரு மாணவரின் பெயரை ஒருமுறை கேட்டுத் தெரிந்துகொண்டால் எத்தனை வருடங்கள் ஆனாலும் மறக்கவே மாட்டார். அடுத்தடுத்து அவர்கள் என்ன செய்கிறார்கள் என்று பார்த்து ஊக்கப்படுத்திக்கொண்டே இருப்பார். இங்கு நான் சொல்ல விரும்புவது இதைத்தான். ஒரு முதல்வர் எப்படி இருக்க வேண்டும் என்பதை மெட்ராஸ் ஆர்ட் ஸ்கூலுக்குச் சொல்லிக் கொடுத்தவர் தனபால். பணிக்கரை ஒரு நல்ல ஆசிரியர் என்பார்கள்; ஆனால் அவரிடம் நாங்கள் படித்ததில்லை.

தனது செயல்களின் மூலம் தனபால் எங்களை முடுக்கி விட்டார். ஓவியங்களை நுட்பமாகப் பார்ப்பது, புரிந்துகொள்வது, வரைந்து பழகுவது என இருந்தோம். அதிலும் அவருடைய இரண்டு செயல்களை எங்களால் நினைவுகூராமல் இருக்கவே முடியாது. முதலாவதாக, வகுப்பு நேரங்களை வீணடிக்காமலிருக்க மாலை நேரங்களில் நூலகத்தைப் பயன்படுத்திக்கொள்ள அனுமதி தந்தார். மேற்கத்திய ஓவியங்கள் பற்றியும் உலக ஓவியப் போக்குகள் பற்றியும் அறிந்துகொள்ள ஊக்கப்படுத்தினார். அப்படியாக உலகப்போக்கில் எங்களை நுழைக்கிறார். எந்தப் பாதையில் பயணிக்க வேண்டும் என்பதையும் அவர் சொல்லாமல் சொல்லிக்கொடுத்தார்.

கல்லூரி வாழ்க்கை சென்றுகொண்டிருந்தது. நாங்களும் இறுதி ஆண்டிற்குள் நுழைந்தோம். சந்தானராஜ் எங்களுக்கு

வகுப்பாசிரியராக இருந்தார். அவருடைய ஆளுமையும் இலக்கணமும் வித்தியாசமானது. ஓவியத்தில் கோடுகள் என்றால் என்ன, கீற்றல்கள் என்றால் என்ன, ஒளிகள் என்றால் என்ன, உணர்வுகள் என்றால் என்னவென்று முதன்முறையாகப் பாடமெடுப்பதைக் கேட்கிறோம். இவற்றையெல்லாம் எங்களுக்குப் புகுத்துகிறார். தாஸும் அல்போன்ஸும் மிக அமைதியாகவே இருப்பார்கள். அவர்களுடைய இயல்பும் தன்மையும் மாறுபாடானவை. தனபாலின் அணுகுமுறை வேறுபட்ட வகையிலும் புதுமையான அணுகுமுறையிலும் இருக்கும். தனபாலுமே கூட அவசியமில்லாமல் பேசமாட்டார். இப்படியே ஆறு மாதங்கள் செல்கிறது. ஒருநாள் அந்த ஆண்டுக்கான எங்களுடைய வகுப்பாசிரியரை மாற்றிவிட்டார்கள்; தனபால்தான் அப்படிச் செய்தார் என்று தெரியவந்தது.

எங்களுக்கு மிகுந்த ஏமாற்றமாகவும் அதிருப்தியாகவும் இருந்தது. டக்ளஸ், மருது போன்ற நண்பர்கள் சேர்ந்துகொண்டு முதல்வரின் அறைக்கு முன்னால் கூட்டமாகச் சென்று போராட்டம் செய்வதுபோல நின்றுகொண்டோம்.

எல்லாரையும் அமைதிப்படுத்திவிட்டு, “நாளைல இருந்து எல். முனுசாமியோட வகுப்புக்கு நீங்க போகணும். இப்போ அமைதியா போங்க ...” என்று சொன்னார். சந்தானராஜ் போன்ற ஓர் ஆசிரியரை மாற்றுகிறார்களே என்பதில் எங்களுக்கெல்லாம் சொல்ல முடியாத வருத்தம் ஏற்பட்டது. எல். முனுசாமி எங்களுக்கு முற்றிலும் புதிதானவர். வேண்டாவெறுப்பாக வகுப்பிற்குச் சென்றோம். நாங்கள் வரையும் ஓவியங்களைப் பற்றி அவருடைய அபிப்ராயம் என எதையும் சொல்லவே மாட்டார். ஆனால் சந்தானராஜைப் போலவே இவரும் ஒரு வித்தியாசமான ஆளுமை.

மாலை நான்கு மணிக்குமேல் வகுப்பைச் சுற்றிவருவார். வரைந்த ஓவியங்களையும் பார்ப்பார். ஓவியம் பிடித்திருந்தால் ஒரு சில நொடிகள் உற்றுப் பார்ப்பார். பிறகுதான் தெரிந்தது, இவருமே கூட ஆற்றல்மிக்க தனித்துவமான ஆளுமை. எவ்வளவுக்கு எவ்வளவு வரைதலில் *(Drawing)* ஈடுபாட்டுடன் இருந்தோமோ, அவ்வளவுக்கு அவ்வளவு வண்ணச் சேர்க்கையில் *(Painting)* எங்களை இழுத்தார். அரூபம் என்றால் என்னவென்று அவருடைய தொடர் வகுப்பில் புரிந்துகொண்டோம். ஆறுமாத காலம் முடிந்ததும் மிக மகிழ்வாக உணர்ந்தோம். “ஒரே வருடத்தில் யாருக்குமே இரண்டு ஆசிரியர்கள் கிடைக்கமாட்டார்கள். உங்களுடைய அதிர்ஷ்டம்தான் இது,” என பாஸ்கரன் சொன்னார்.

அவருக்குத் தன்னுடைய மாணவர்கள்மீது எவ்வளவு தொலைநோக்குப் பார்வையும் அக்கறையும் இருந்திருக்கிறது என்று பாருங்கள். எங்களுக்கு முன்பும் பின்பும் அதுபோல நடக்கவில்லை என்பது ஆச்சரியம். கலையின் கூறு நுட்பமாக வெளிப்படும் மாணவர்கள்தான் அவருடைய பிரதானமாக (Priority) இருப்பார்கள் என்பதைக் கவனித்தேன். கல்லூரி முடித்து நானும் அவரும் பெரிதாகத் தொடர்பில் இருந்ததில்லை. நான் எங்கெங்கோ பயணம் செய்துகொண்டிருந்தேன். அவரும் ஓய்வு பெற்றுத் தோட்டக் கலையில் ஈடுபட்டு, ஆர்வத்துடன் தேடி வருபவர்களுக்கு ஓவியப் பயிற்சி அளித்துக்கொண்டிருந்தார்.

பிறகு கலாக்ஷேத்ராவுடன் தன்னை இணைத்துக் கொண்டார். என்னுடைய வீட்டிலிருந்து பத்து நிமிடத்தில் நடந்துசெல்லும் தூரம். திடீரென ஒருநாள் ரவியின் மூலமாகத் தொலைபேசியில் என்னை அழைத்தார்.

"எங்க இருக்க? என்ன பண்ற," என்று கேட்டார்.

தில்லிக்கும் இதர நகரங்களுக்கும் பயணப்பட்டதைச் சொன்னேன்.

"நம்ம காலேஜ்ல படிச்சவங்க எங்கியுமே நகர மாட்டாங்களேடா! நீ நெறைய இடங்களுக்கு ட்ராவல் செய்திருக்கே . . ." என்று சந்தோஷப்பட்டார். "எனக்குத் தெரிந்து பாஸ்கரன் கொஞ்சம் சுற்றி இருக்கிறார். அதன் பிறகு நீ . . ." என்று மேலும் சொன்னார்.

ஆனால் அவருக்கு நினைவில் இல்லாமல் போயிருக்கலாம். கே.ஜி. சுப்ரமணியனின் கீழ் சிறிது காலம் ஸ்காலர்ஷிப்பில் சூரிய மூர்த்தி, ராஜவேலு ஆகியோர் பரோடாவில் இருந்திருக்கிறார்கள். எனக்குத் தெரியாத இன்னும் சிலர்கூட அவ்வாறு இருந்திருக்க லாம். அவர்களுடைய காலம் வேறு என்றாலுமே, வேறு மாதிரியான நவீன முயற்சிகள் என்னுடைய காலத்தில் வரத் தொடங்கின. மஞ்சித் பவா, சுவாமிநாதன், சந்தோஷ் போன்ற முன்னோடிகளெல்லாம் தனித்துவமாகச் செயல்பட்ட காலம். இவர்களுடைய காலத்திலிருந்து என்னுடைய காலம் முற்றிலும் வேறானது. தனபால், லலித் கலா அகாதெமியில் உறுப்பினராக வேறு இருந்தார். அகாதெமியிலும் தனபாலின் பங்கு உண்டு. அந்த நேரத்தில் சீப்பு சீனிவாசனை அகாதெமியின் பணிக்காக உள்ளே இழுக்கிறார். மருதுவையும் என்னைப் போன்றவர்களையும் தில்லியில் நடக்கும் கலா மேளாவில் பங்கெடுக்கச் செய்கிறார். 'இளம் ஓவியர்கள் இயக்க'த்தை ஆரம்பித்தது தனபாலின் சொந்த ஆர்வத்தினால் மட்டுமே.

இதிலிருந்தெல்லாம் விலகி தனபாலை நான் ஓவியராகப் பார்த்தேனென்றால், ஓய்வு நேரங்களில் அவர் வரைந்துகொண்டே இருப்பார். ஒரு சின்ன வெற்றுக் காகித நோட்டைக் கையிலேயே வைத்துக்கொண்டிருப்பார். அதில் சுவரோவியங்களால் ஈர்க்கப்பட்ட பாணியிலான கோட்டுச் சித்திரங்களை வரைந்து கொண்டே இருப்பார்; என்றாலுமே அவருடைய அடையாளம் சிற்பக் கலை வடிவமே ஆகும். சொந்தமாகவே சில வேலைகளை யும் எடுத்துச் செய்திருக்கிறார். 'ஜீசஸ் கிரைஸ்ட்', 'ஔவையார்', 'தாயும் சேயும்' போன்றவை அவருடைய பிரபலமான ஆக்கங்கள். அரூபத் தன்மையில் எதையும் பரீட்சித்துப் பார்த்ததாக எனக்கு நினைவில் இல்லை. ஓர் ஓவியராக, சிற்பியாக எந்த அளவிற்கு வீச்சு இருக்கிறதோ அந்த அளவிற்கு நல்ல ஆசிரியரும் ஆவார். ஆசிரியராக இன்னும் ஒரு படி மேலாக வைத்து அவரைப் பார்க்கிறேன்.

ஆசிரியப் பணி அவருடைய நேரத்தை விழுங்கியதால் ஓவியத்திற்காகத் தான் விரும்பியபடி அதிக நேரத்தைக் கொடுக்க முடியாமல் இருந்திருக்கலாம். அவற்றையெல்லாம் மீறி அவர் செய்த வேலைகள் மிக முக்கியமானவை. தனபால் அளவிற்கு இயற்கையை நேசித்த ஒருவரைப் பார்க்க முடியாது. செடி, கொடி, பறவைகளை அந்த அளவிற்கு விரும்பிய ஓர் ஆசிரியர் அவர். நல்ல மனிதாபிமானி; நிறைய ஓவியர்களைத் தனது வீட்டிலேயே தங்கவைத்து, பிரதிபலனையும் எதிர்பார்க்காமல் உதவி செய்திருக்கிறார்.

யாரிடமாவது அறிமுகப்படுத்தினால், "இவனோட ஓவியங்கள பார்த்திருக்கியா? ரொம்ப நல்லா இருக்கும்," என்று சொல்லுவார். இதெல்லாம் நமக்கே ஆச்சரியமாக இருக்கும். நம்முடைய ஓவியங்களை இவர் எங்கு பார்த்தார், எப்படிப் பார்த்தார் என்று! புதிதாக வருபவர்களைத் தேடித்தேடிக் கடைசிவரை கவனித்து வந்தார். திறமையான மாணவர்களையும் ஓவியர்களையும் தேடிக்கொண்டே இருந்தார். சிதம்பர கிருஷ்ணன், சந்தானம், கங்காதரன், சாம் அடைக்கலசாமி என அவருடைய கண்டெடுப்புகளைச் சொல்லிக்கொண்டே போகலாம்.

சந்தானம் போன்றவர்கள் படித்த காலத்திலிருந்தே அவர் ஓவியக் கல்லூரி முதல்வராக இருந்திருக்கிறார். அதிலிருந்து புதிய குழு ஒன்று வளர்கிறது. கும்பகோணத்தில் தனபால் முதல்வராக இருந்தபோது பலரையும் இதுபோல உருவாக்கியிருக்கிறார். சென்னையை விடக் கும்பகோணத்தில்தான் இவருடைய பங்களிப்பு அதிகமாக இருந்திருக்கிறது. ஓவியத்தில் இருந்த

ஈடுபாட்டைப் போலவே இசை, நடனத்திலும் அவருக்கு ஈடுபாடு இருந்திருக்கிறது.

உதயசங்கரின் குழுவில் இருந்ததாக நேரடி உரையாடலில் சொல்லியிருக்கிறார். அந்த அனுபவங்களை கலாக்ஷேத்ராவில் இருக்கும்போது என்னிடம் பேசி இருக்கிறார். நாடகத்தில் கல்லுக்குப் பதிலாகப் புத்தராக இவர் உட்கார்ந்திருக்க வேண்டும். அப்படி இருப்பது போன்ற புகைப்படத்தைக் கூடக் காண்பித்தார். இதையெல்லாம் விளக்கிச் சொல்லும்போது அதில் ஒரு பகடி இருக்கும்.

உலக ஓவியக் கலைப்போக்கை முழுவதுமாக அறிந்தும் வைத்திருப்பார். ஆனால் நாம் எதையாவது கேட்காமல் வாயே திறக்கமாட்டார். அப்படியான அபூர்வ உரையாடல்களில் ஹென்றி மோர் குறித்த அபிப்ராயங்களை நிறைய முறை பகிர்ந்து கொண்டிருக்கிறார். ஹென்ரியின் சிலை ஆக்கத்தில் இந்தியத் தாக்கம் இருக்கிறது என்பார். லண்டனில் சிலையாகவிருக்கும் அந்தப் பெண்ணின் உடல்மொழியிலும் இந்தியப் பெண்ணின் பாவமும் உணர்வும் இருக்கும். காலை மடக்கிக்கொண்டு உட்காருதல், கையை மடக்கிக்கொண்டு படுத்திருத்தல் என்று சில விஷயங்களைச் சொல்லலாம். இவ்வளவு விளக்கமாக அவர் சொல்லவில்லை. போகிற போக்கில் ஒரு வாக்கியத்தில் கடந்துசெல்வார். நாம்தான் சென்று மீதியைத் தேட வேண்டும்.

இதுபோலக் கலைகளைப் பற்றி மிகக் குறைவானவர்களிடமே பேசியிருக்கிறார். அவ்வாறு பேசுவதற்கான தூண்டுதலையும் சகஜமாக யாரும் அவருக்குக் கொடுக்கவில்லை. அணுக முடியாத மரியாதையான இடத்தில் வைத்தே அவரை எல்லாரும் பார்த்துள்ளனர். அதை கலாக்ஷேத்ரா சந்திப்பில் நான் உடைத்தேன். அறுபதுகளின் மத்தியில் அவர் ஐரோப்பிய நாடுகளுக்குப் பயணப்பட்ட கதையைத் தெரிந்துகொள்ள வேண்டுமென்ற ஆவலில் அவரிடம் கேட்டேன். அதைக் கேட்டபோது படிக்கும் காலத்தில் இவர் எங்களுக்கு ஆசிரியராக வரவில்லையே என்ற ஏக்கமும் ஏற்பட்டது.

தனபால் எல்லாவற்றையும் காது கொடுத்துக் கேட்டு ஊக்கப்படுத்துவார். அதற்கும் ஒருபடி மேலே சென்று அதைப் பற்றிய நம்முடைய பார்வைகள் என்னவென்பது பற்றியும் பேசச் சொல்லுவார். ஒரு தகவலாக மட்டுமே கேட்டுக்கொள்ளாமல் அக்கறையுடன் விசாரிப்பார். சக மனிதர்களின்மீது கரிசனப் படும் இயல்பு இயற்கையிலேயே அவருக்கு இருந்திருக்கிறது. அதனால் அவருடன் பேசவும் ஆசையாக இருக்கும்.

அப்படி ஒருநாள் பேசிக்கொண்டிருந்தபோது, "இன்னும் ரெண்டு மாசத்துல, கலாக்ஷேத்ராவிலிருந்து விலகிடலாம்னு இருக்கேன். யாராவது நல்ல ஆளா இருந்தா சொல்லேன்," என்றார்.

நான் சிபாரிசு செய்த ஒருவரை வேலைக்குச் சேர்த்துக் கொண்டார். ஸ்ரீபதி என்று ஒரு சீனியர் எனக்கு இருந்தார். சந்ருவின் சம காலத்து ஆள். படிக்கும்போதே அவரைப்போல முழு உருவ ஓவியம் *(Portrait)* வரையும் ஒருவரைப் பார்த்ததே இல்லை. அப்படி வரைவது மிகக் கடினம்.

"சார் . . . உங்க ஸ்டூடண்ட் ஸ்ரீபதிய நான் திருவல்லிக்கேணி யில் பார்த்தேனே," என்று சொன்னவுடன் மிக மகிழ்ச்சியுடன், "ஹா ஆமாம்யா," என்றார்.

"இந்த எடத்துக்கு ஸ்ரீபதி கச்சிதமா பொருந்திடுவாருங்க சார் . . ." என்று சொன்னேன்.

"வந்து பார்க்கச் சொல்லேன் . . ." என்றார்.

ஸ்ரீபதியைத் தேடிக் கண்டுபிடிக்க முடியவில்லை. திருவல்லிக்கேணியில் ரத்னா கேஃப் ஹோட்டலைத் தாண்டி ஹிந்து உயர்நிலைப் பள்ளி இருக்கிறது. அங்கு ஓர் உடுப்பி ஹோட்டல் இருந்தது. யாருமே அங்கு செல்லமாட்டார்கள். சாப்பிட எதுவுமே நன்றாக இருக்காது. காஃபி மட்டும் ஓரளவிற்கு நன்றாக இருக்கும். ஒருநாள் அப்படிச் சென்று காஃபி குடித்துவிட்டு கேஷ் கவுண்ட்டருக்குச் சென்றால் ஸ்ரீபதி கல்லாவில் உட்கார்ந்திருக்கிறார். ஒரு விடுமுறை நாளில் அவரை அழைத்துக்கொண்டு தனபாலிடம் சென்றேன்.

"முடியெல்லாம் நரைத்துவிட்டது. ஆளே மாறிட்டேன். சாருக்கு என்னை அடையாளம் தெரியுமா," என்று போகும்போது ஸ்ரீபதி கேட்டார்.

அங்கு சென்றதுமே, "முரளிதான் உன்ன ரெக்கமண்ட் செய்தான்யா. உன்னோட டிராயிங்க நானும் பார்த்திருக்கேன்," என்று சொல்லி ஒரு கடிதம் கொடுத்தார். கலாக்ஷேத்ராவிலும் சேர்த்துக்கொண்டார்கள். அதன் பிறகு நிறைய வேலைகள் ஸ்ரீபதிக்கு வந்தன.

இதற்கு ஒரு கருவியாக மட்டுமே நானும் தனபாலும் இருந்திருக்கிறோம். ஒரு முட்டாளை எவரிடமும் பரிந்துரைக்க முடியாதே! அதேபோல தனபால் சொல்லவில்லையென்றால் கலாக்ஷேத்ராவில் ஸ்ரீபதியை வேலைக்கும் எடுத்திருக்க மாட்டார்கள். 'இந்த உதவியை மறக்கவே முடியாது' என்று எப்போது பார்த்தாலும் ஸ்ரீபதி நினைவு கூர்வார். அவருக்குள் இருந்த திறமையைச் சமயம் பார்த்து நாங்கள் வெளிக்கொண்டு

வந்தோம். நுண்கலைத் துறையில் இதுபோலத்தான் நடக்கும். எப்போது, யாருக்கு, எப்படி, எது நடக்குமென்று சொல்ல முடியாது; அதுவே ஸ்ரீபதிக்கும் நடந்தது.

"நான் பரதம் கத்துக்கிட்டு, நாட்டியக்காரனாகத்தான் ஆகியிருக்க வேண்டும். ஒரு விபத்து போலச் சிற்பியாகிவிட்டேன்," என்று ஒருமுறை தனபால் சொன்னார்.

அது நாட்டியக் கலைக்கு வேண்டுமெனில் பேரிழப்பாக இருக்கலாம். ஓவியக் கல்லூரியில் படித்தாலும் பரதம், இசை, மேடை நாடகம், சினிமாத் துறை என எல்லாப் புலங்களிலும் கிளை விரித்துப் படர்ந்த பன்முக ஆளுமையாக அவர் இருந்திருக்கிறார். ஒருவேளை பெரிய பரத நாட்டியக் கலைஞராகவும் ஆளுமையாகவும்கூட வந்திருக்கக் கூடும். ஏதோ ஒருவகையில் ஈர்க்கப்பட்டு ஓவியத் துறைக்கு வந்துசேர்ந்தது இந்தத் துறையின் பெரும் பேறு என்றே சொல்ல வேண்டும். அதிலும் ஓர் ஓவிய ஆசிரியராக வந்தது தொழில்முறை ஓவியர்களான எங்களைப் போன்றவர்களுக்குப் பெரும்பேறு.

தனபாலைப் பற்றிப் பேசும்போது, மந்தைவெளியில் அவர் வாழ்ந்த வீட்டைப் பற்றிய நினைவுகளை அசைபோடாமல் இருக்க முடியாது. அந்த வீட்டின் பிரதான அடையாளமே ஆலமரம். ஒரு வகையில் தனபாலும் ஆலமரம் போன்றவர்தான். அந்த விருட்சத்தின் விழுதாக நானும் இருப்பதில் எல்லையற்ற மகிழ்ச்சி. இந்த ஒரு விருட்சத்தைத்தானே விழுதுகளும் தாங்குகின்றன. மரம் இல்லையேல் விழுதுகளும் இல்லையே.

தனபால் – பல நூறு விழுதுகள் தாங்கும் ஆல விருட்சம். அவர் எப்போதும் இருப்பார்.

சிற்பி தனபால்

11

நரேந்திர பாபு
ஓவியர்

சென்னை கவின்கலைக் கல்லூரியில் சேர்ந்தபோது எல். முனுசாமிதான் கல்லூரி முதல்வராய் இருந்தார். வகுப்பாசிரியராக ஆர்.பி. பாஸ்கரன் இருந்தார். இருவருமே இந்தியக் கலைச் சூழலில் தவிர்க்க முடியாத ஆளுமைகள். தனபாலை எனக்கு நெருக்கமாகத் தெரிய வந்ததும் பாஸ்கரனால்தான். அதற்கெல்லாம் முன்பு சக ஓவியர் ஒருவர் தனபாலிடம் என்னை அறிமுகப்படுத்தியபோது, ஏதோ ஆழ்ந்த யோசனை யில் 'அப்படியா!' என்று அவர் கடந்துசென்றிருந்தார். மேலதிகமாக எதுவும் பேச இயலவில்லையே என்ற ஏக்கம் நீண்ட நாட்களுக்கு இருந்தது. திரும்பத் திரும்ப அவரைப் பார்க்கும் வாய்ப்புகள் கிடைத்தபோதும் நெருங்கிச் சென்று பேசத் தயக்கமாகவே இருந்தது. மைக்கல் ஆஞ்சலோவின் விரல் தொடும் ஓவியத்தைத்தான் உதாரணமாகச் சொல்ல வேண்டியிருக்கும். கொஞ்சம்போல முயன்றால் தொட்டுவிடலாம்தான், ஒரு சிற்பியாக தனபாலின் இடம் உச்சத்தில் இருந்தது. அதுவே பெரிய தயக்கத்தை ஏற்படுத்தியது.

சென்னை அண்ணாசாலையில் இருக்கும் இந்தியன் ஓவர்சிஸ் வங்கியின் தலைமை அலுவலக முற்றத்தில் 1980ஆம் ஆண்டுகளில் ஒருமுறை ஓவியக் கண்காட்சி ஏற்பாடாகியிருந்தது. தனபாலை என்னுடைய ஓவியம் இருந்த பகுதிக்கு அழைத்துவந்து, "நரேந்திர பாபு, நல்லா வரையக்கூடியவர்..." என்று ஆர்.பி. பாஸ்கரன் அறிமுகப்படுத்தினார். தன்னுடைய பாக்கெட்டில் கையை விட்டு இருபத்தைந்து ரூபாயை எடுத்துக்கொடுத்து என்னுடைய ஓவியத்தை

வாங்கிக்கொண்டு வாழ்த்தினார். எனக்கு எல்லையில்லா ஆனந்தமாகவும் மிகப் பெரிய கௌரவமாகவும் இருந்தது.

முற்றத்தில் பெரிய ஆலமரம் ஒன்றிருந்தது. தனபால் இருந்தவரை அது வீட்டின் அடையாளமாகவும் இருந்தது. சப்போட்டா, எலுமிச்சை மரங்களும் ஆங்காங்கு இருந்தன. வளாகம் முழுவதும் போன்சாய் மரங்கள் நின்றன. ஒரு சிற்பி தனக்குப் பிடித்த சிலையை மெனக்கெட்டுப் பராமரிப்பது போலத்தான் ஒவ்வொரு போன்சாய் தாவரத்தையும் பாவித்தார் என்று நினைக்கிறேன். ஆலமரத்தைப் பார்த்தால் அதிலும்கூட கலைப் பிரதிபலிப்பு வெளிப்படும். அதற்குள் ஒரு சிறிய பூப் பூத்து மினியேச்சர் வடிவிலான சிலை போலத்தான் இருக்கும். அவர் வரைந்த ஓவியங்களில்கூடத் தாவரங்களின், இயற்கையின் தாக்கம் மிகுதியாக இருக்கும். அந்த அளவிற்கு இயற்கையை நேசித்தார். கல்லூரிப் பணியிலிருந்து ஓய்வு பெற்றதும் இயற்கையில் தன்னை முழுவதும் ஒப்படைத்தார்.

முற்றத்தைத் தாண்டி வீட்டிற்குள் சென்றபோது கோர்ட் சூட்டில் மிடுக்காக அமர்ந்திருந்தார். முகம் மட்டும் அழகான குறுந்தாடியில் எளிமையாக வெளிப்பட்டது. தாடி அவருக்கு மிக அழகாக இருக்கும். கலைஞர்களுக்கே உண்டான தோற்றம் அது. கலைத்துறையில் உச்ச ஆளுமையாக இருந்தாலும், மேலான பதவிகளை வகித்தாலும் அந்த அளவிற்கு எளிமையாக இருக்க முடியுமா என்ற வியப்பை ஏற்படுத்தியவர். நான் போனபோது கம்பியையும் கத்தரிக்கோலையும் கைகளில் வைத்திருந்தார். போன்சாய் செடிகளை வளர்ப்பதிலும் வடிவமைப்பதிலும் அதீத ஆர்வம் அவருக்கிருந்தது.

கோட்டோவியங்களாகட்டும், புடைப்புச் சிற்பங்களாகட்டும், சிலைகளாகட்டும் தென்னிந்தியக் கலை மரபைப் பிரதிபலிப்பது போலவே அவருடைய ஆக்கங்கள் இருக்கும். 'தாயும் சேயும்', ஜீசஸ் கிரைஸ்ட், ஔவையார் எனப் பல படைப்புகளை உதாரணங்களாகச் சொல்ல முடியும்.

சிலை உருவாக்கத்திற்கான ஆயத்த ஏற்பாடுகளை தனபால் செய்யும்போது ஒருசில முறை அருகிலிருந்து பார்த்திருக்கிறேன். இரண்டு கைகளிலும் களிமண்ணுடன் அவர் நின்றிருக்கும் காட்சிகள் மனத்தில் நிழலாடுகின்றன. களிமண்ணை ஈரத்துடன் ஒரு வடிவத்திற்குக் கொண்டுவர முயன்றுகொண்டிருப்பார். கலை ஆர்வலனாக, ஆத்மார்த்தமாக வேலை செய்யும் அதுபோன்ற ஒருவரை நெருக்கமாகப் பார்த்துச் சந்தோஷப்பட்டிருக்கிறேன். ஜீசஸ் கிரைஸ்ட், ஔவையார் போன்ற தனபாலின் மாஸ்டர் பீஸ் சிலைகளையும் காமராஜர், பாரதிதாசன் போன்ற ஆளுமைகளின்

சிலைகளையும் ஏற்கெனவே பார்த்திருக்கிறேன் என்பதால் அந்தத் தருணங்கள் எல்லையற்ற ஆனந்தத்தைக் கொடுத்தன. அந்தச் சிலிர்ப்பான அனுபவத்தை வார்த்தைகளால் பகிர முடியாது என்பதே உண்மை.

ஓவிய நுண்கலைக் குழு, சென்னை – ஒருமுறை பள்ளி ஓவிய ஆசிரியர்களுக்கான பயிலரங்க முகாம் ஒன்றை ஏற்பாடு செய்திருந்தது. அந்த முகாமின் மைய ஆளுமையாக தனபால் இருந்தார். அவர்தான் பயிலரங்கை வடிவமைத்து, வழி நடத்துபவராக இருந்தார். அவருடன் சேர்ந்து ஆசிரியர்களுக்குப் பயிற்சியளிக்க ஓவியக் கல்லூரியில் படித்த நான்கு பேரைத் தெரிவு செய்தார்கள். அதில் நானும் ஒருவன். இன்னும் நெருக்கமாக தனபாலைப் புரிந்துகொள்ளும் வாய்ப்பாக அது அமைந்தது. ஓவியக் கல்லூரியில் அவருடைய மாணவனாகப் படிக்க எனக்கு வாய்த்திருக்கவில்லை. முதல்வராக இருந்து ஓய்வுபெற்ற பின்பு அவருடன் சேர்ந்து பணி செய்யவும் ஒரு மாணவனாக இருந்து சில நுட்பங்களைக் கற்றுக்கொள்ளவும் வாய்ப்பு கிடைத்தது.

போர்ட்ரைட் வரையவும் முழு ஓவியம் வரையவும் ஆசிரியர்களுக்குச் சொல்லிக்கொடுப்பார். கிரையான் துண்டு களைப் பிடிப்பதிலேயே கூட ஒரு முறை இருக்கிறது. அதனை 'காலேஜ் ஆஃப் ஆர்ட்ஸ் மெத்தேட்' என்றே சொல்லுவார்கள். தூரிகைக்கும் பென்சிலுக்கும்கூட இது பொருந்தும். கட்டை விரலையும் ஆள்காட்டி விரலையும் பயன்படுத்தி தனபால் கிரையான் துண்டைப் பிடிக்கும் அழகே வித்தியாசமாக இருக்கும். அனுபவமும் முதிர்ச்சியும் பயிற்சியும் அவரது ஒவ்வொரு தீண்டலிலும் தெறித்து வெளிப்படும்.

ஓய்வு நேரங்களில்கூட அவர் வெறுமனே இருந்து நான் பார்த்ததில்லை. அப்பொழுதெல்லாம் நெருங்கிய தொடர்பில் இருப்பவர்கள் வாழ்த்து அட்டைகள் அனுப்பிக்கொள்வார்கள். அதுபோன்ற வாழ்த்து அட்டைகளில் இருக்கும் ஒரு பக்க வெற்றிடத்தைக்கூட வீணாக்கமாட்டார். அதிலும் ஏதாவது வரைந்துகொண்டே இருப்பார். நான் பார்க்கும்போது அவருக்கு எழுபது வயதிற்கு மேல் இருக்கும். அந்த வயதின் சோர்வை அவரிடம் பார்க்கவே முடியாது. காவிநிற வண்ணங்களைக் குழைத்து ஓவியங்கள் தீட்டிக்கொண்டிருப்பார். 'கிருஷ்ணா – ராதா', 'தாயும் சேயும்' போன்றவைதாம் அவரது விருப்ப வடிவங்கள். கோட்டுச் சித்திரக் கீற்றலில் சின்ன நடுக்கமோ பிசகோ இருக்காது; அவ்வளவு கச்சிதமாக வரைவார். தன்னுடைய எண்ணத்தில் என்ன நினைக்கிறாரோ அதனைக் கச்சிதமாக வரைவார். தனபாலின் கோட்டுச் சித்திரத்தால் ஈர்க்கப்பட்டு நானும் அந்தப் பாணியில் சில வேலைகளைச் செய்திருக்கிறேன்.

ஆசிரியர்களுக்கான பயிற்சி வகுப்பில் 'இயற்கைக் காட்சிகளை வரைதல்' என்றொரு பாடம் இருக்கும். ஆசிரியர்களை வெளியில் அழைத்துச்சென்று மரம், செடி, நிலப்பரப்பு எனக் காட்சிகளை வரையச் சொல்லிப் பழக்கப்படுத்த வேண்டும். ஒக்கேனக்கலைத்தான் அதற்காகத் தேர்ந்தெடுத்துச் சுற்றுலாபோலச் சென்றிருந்தோம். பாறையிலிருந்து அருவிபோலக் கொட்டும் இடத்தைத் தேர்ந்தெடுத்துப் பயிற்சிக்கு வந்தவர்களை அழைத்துச் சென்றோம்.

"நானும் உங்கக்கூட டிராயிங் செய்யிறேனே . . ." என்று தனபாலும் எங்களுடன் வந்து அமர்ந்துகொண்டார். நானும் அவரும் அருகருகில் அமர்ந்து படம் வரைந்த அனுபவத்தை மறக்கவே முடியாது. அப்போதுதான் கல்லூரிப் படிப்பை முடித்திருந்ததால் என்னுடைய ஓவியத்தில் அந்த அளவிற்கு முதிர்ச்சி இருக்கவில்லை. கறுப்பு வெள்ளையில் தனபால் வரைந்த ஓவியம் மிக அழகாக வந்திருந்தது. அவர் வரைந்து முடித்ததும், "சார் . . . இந்த டிராயிங் ரொம்ப நல்லா வந்திருக்கு. எனக்குக் கொடுக்க முடியுமாங்க?" என்று அடக்கமுடியாத ஆசையில் கேட்டுவிட்டேன்.

"ஒக்கே . . . எடுத்துக்கோயேன்," என்று சொல்லி அந்த ஓவியத்தில் அவருடைய கையொப்பமிட்டு என்னிடம் கொடுத்துவிட்டார்.

காவி நிறத்தைக் குழைத்து வரைந்திருந்த ஓவியத்தையும் ஒருமுறை அவரிடம் ஆசையாகக் கேட்டேன். ஒரு நிமிடம்கூட யோசிக்காமல் உடனே கையெழுத்திட்டுக் கொடுத்தார். அவற்றை என்னுடைய விலைமதிக்க முடியாத பொக்கிஷமாக வைத்திருக்கிறேன். வயதையும் மீறி அவர் இதுபோன்ற விஷயங்களைச் செயல்படுத்திக் காட்டும்போது, அதிலிருந்து உத்வேகம் பெற்றவர்கள் பலர். நான் மிகைப்படுத்திச் சொல்வதுபோல இருக்கலாம் என்றாலும் நான் பயணித்துக் கொண்டிருக்கும் ஓவியப் பயணத்தில் தனபாலின் ஓவிய மேன்மை எனக்கு வழிகாட்டிக்கொண்டிருக்கிறது. எல்லாருக்கும் இந்த வாய்ப்பு அமையுமா என்று தெரியவில்லை.

ஒக்கேனக்கலிலிருந்து கிளம்பும்போது இரண்டு செடிகளைக் காண்பித்து, "அதை வீட்டுக்கு நாம எடுத்துட்டுப் போகலாமா?" என்று கேட்டார். சிறுவயதில் இதுபோன்ற வேலைகளை நிறையவே செய்திருந்ததால் எனக்கும் அது பிரச்சினையாக இருக்கவில்லை. உடனே சென்று பதமாகத் தோண்டி எடுத்து வந்தேன். ஒரு குழந்தை போலச் சந்தோஷப்பட்டார்.

தனபாலும் அவர் போன்ற ஓவியர்களும் காலமான பிறகு என்ன செய்துகொண்டிருப்பார்கள் என்ற யோசனை

எனக்கு வந்திருக்கிறது. இப்படிப்பட்டவர்கள் கவின்கலைக் கல்லூரியின் பழைய கட்டடங்களுக்கு மேல் வானவெளியில் மிதந்துகொண்டிருப்பார்கள் என்றெல்லாம் கற்பனை ஓடியதுண்டு. எல்லா ஓவியர்களும் அதுபோல வந்து வானத்தில் மிதந்து ஆசீர்வதிப்பார்கள் என்னும் என் எண்ணங்களை எனது ஓவியத்தில் பிரதிபலித்திருக்கிறேன்.

அவருடைய வயது எழுபதுக்கும் மேல் என்பார்கள்; என்றாலும் ஒருநாளில்கூட சோர்வாகவோ ஓவியம் வரைவதில் ஈடுபாடில்லாமலோ அவரைப் பார்க்க முடியாது. ஒருமுறை அப்படித்தான் அவரைப் பார்க்கச் சென்றிருந்தேன். "இதோ கொஞ்ச நேரம் இங்க உக்கார்ந்துட்டு இருப்பா . . . போஸ்ட் ஆபீஸ் வரைக்கும் போயிட்டு வந்துடறேன்," என்று சைக்கிளில் ஏறிச் சென்றார். ஓர் ஓவியனாக இருந்து பார்த்தால்தான் அதன் அழகை உணர முடியும். விடுமுறை நாட்களில் அவரைத் தேடிச்சென்ற அனுபவங்கள் நிழலாடுகின்றன. அதுபோல யார் சென்றாலும் மிக மகிழ்ச்சியுடன் வரவேற்பார். நிறைய ஆர்ட்டிஸ்டுகள் அவருடைய வீட்டைப் பயன்படுத்திக் கொண்டார்கள். அப்படித் தங்கிப் பின்நாட்களில் பெரிய வளர்ச்சி கண்டவர்கள் உள்ளனர். எல்லோராலும் நேசிக்கக்கூடிய அழகான ஆத்மா அவர்.

என்னுடைய பெரியப்பா கே.எம். பார்த்தசாரதி, சுதந்திரப் போராட்ட வீரர். காங்கிரஸ் அபிமானியாக இருந்து பின்னர் இடதுசாரிக் கொள்கையின் பற்றாளராகி கம்யூனிஸ்ட் கட்சியில் தன்னை இணைத்துக்கொண்டார். தியாகி ஜீவானந்தமும் என்னுடைய பெரியப்பாவும் நெருங்கிய நண்பர்கள். ஒரு தருணத்தில் போலீஸ் இவர்களைத் தேடும்போது, விவசாயிகள் போன்ற மாறுவேடத்தில் ஜீவா ஐயாவும் பெரியப்பாவும் தனபாலின் வீட்டில் ஒளிந்துகொண்டார்கள் என்பதை என்னுடைய அப்பா சொல்லியிருக்கிறார். விகடனில் தனபால் எழுதிய 'ஒரு சிற்பியின் சுயசரிதை' தொடரில் அவரே இதைப் பதிவு செய்தும் இருக்கிறார். (இவர் வரையாத ஆளுமைகளே கிடையாது). ஜீவா, தந்தை பெரியார், பாரதிதாசன், காமராஜர், டாக்டர் ராதா கிருஷ்ணன் என எத்தனையோ பேரைச் சிலையாகச் செய்திருக்கிறார். இதுபோன்ற ஆளுமைகளுடனெல்லாம் பணியாற்றிய ஒரு சிற்பியைச் சந்திப்பதே கடினம். காமராஜர், பாரதிதாசன் போன்றவர்கள் நேரடித் தொடர்பில் இருந்தவர்கள். அதையெல்லாம் எப்போதுமே வெளிப்படுத்திக்கொண்டதில்லை. அவருடைய அடக்கமும் எளிமையும் மிகப்பெரிய சம்பத்து. அந்த இயல்பும் எளிமையும்தான் அவரது சிலை வடிப்பில் ஆன்மாவாக வெளிப்படும்.

ஔவையாருக்குப் புதிய பரிமாணத்தை நவீனத் தன்மையில் கொடுத்தவர். 'ஏசுவைச் சிலுவையில் அறைதல்', சிலையைப் பார்க்கும்போது ஒரு கருணை அதில் மிளிரும். நம் சூழலில் அதுவரையிலும் இருந்ததைக் காட்டிலும் தனபாலின் அணுகுமுறை புதிதாகவும் நவீனமாகவும் இருந்தது. அதுதான் அவருக்கான இடத்தைப் பெற்றுத் தந்தது.

ஏனெனில் நவீனமாக எதை முயற்சி செய்து பார்க்கலாம் என்பதில் தடுமாற்றம் இருந்த ஒரு காலம் அது. தனபால், பாஸ்கரன், தட்சிணாமூர்த்தி போன்றவர்கள் நம் சூழலிலிருந்த சில தடைகளை உடைத்தார்கள். அந்த ஒரு களத்தில்தான் இவர்கள் நின்றிருக்கிறார்கள். 'தாயும் சேயும்' செய்வது ஒன்றும் பிரமாதம் இல்லை. அதைத் திராவிடத் தன்மையோடு வடித்தெடுப்பதில்தான் சிரமம் இருக்கிறது. தனபாலின் எல்லா ஆக்கங்களிலுமே திராவிடத் தன்மை வெளிப்படுவதை நுட்பமாகக் கவனித்தால் உணர முடியும். அதைப் பின்தொடர்ந்துதான் ஓவியர்கள் பலரும் வெவ்வேறு கிளைவிரித்துப் பயணப்பட்டுக் கொண்டிருக்கிறார்கள். இதில் விடிவெள்ளி நட்சத்திரமாக தனபாலைப் பார்க்க வேண்டியிருக்கிறது. நட்சத்திரக் கூட்டங்களில் அது மட்டும் தனியாகத் தெரியுமில்லையா!

நான் காஞ்சிபுரத்தில் இருந்தபோது தனபால் மரணமடைந்த செய்தி வந்துசேர்ந்தது; வயோதிகத்தால் இறந்தார்; என்றாலுமே உடைந்து நெகிழ்ந்த தருணம் அது. செய்தியைக் கேட்டதுமே மிகவும் அவதிக்கு உள்ளானேன். அவசர அவசரமாகக் காஞ்சிபுரத்திலிருந்து புறப்பட்டுச் சென்னை வந்துசேர்ந்தேன். தனபாலுடனான நினைவுகளை அசைபோட்டுக்கொண்டே அவருடைய வீட்டைக் கடந்து சென்றுவிட்டேன்.

"பாபு . . . பாபு," என்ற குரல் கேட்டது.

எண்ணங்கள் சிதறிக் குரல் வந்த திசையைப் பார்த்தால் ரவி அண்ணன் நின்றுகொண்டிருந்தார்.

"எல்லாம் முடிஞ்சிடுச்சிப்பா," என்ற குரல் தழுதழுத்தது.

எடுத்துச் சென்றிருந்த பூமாலையைக் கண்ணாடி ஃப்ரேம் போடப்பட்டிருந்த புகைப்படத்திற்குப் போட்டு மரியாதை செலுத்தினேன். இயல்பாகத் தொட்டுப் பார்த்து அனுபவித்த ஆளுமை கண்ணாடிச் சட்டகத்தில் இருந்தது மனத்தை நெருடியது. ஆனால் சிறியதொரு போன்சாய் பெரியதொரு விருட்சமாகப் புகைப்படத்திற்கு அருகில் உயிர்ப்புடன் இருப்பதுபோலத் தெரிந்தது. எனக்கென்னவோ அதில் தனபாலின் தூய ஆன்மா கண்ணில் பட்டது.

12

விஜயவேலு
சிற்பி

என்னிலும் பெரியவர். வயது வித்தியாசம் அதிகம். இருந்தாலும் தனபாலின் தங்கை மகனை எனக்குத் தெரியும். பூம்புகார் அவருடைய சொந்த ஊர். நான் அப்போது அங்குதான் வேலை செய்து கொண்டிருந்தேன். நாகலிங்கம் என்பவரின் நண்பர் அவர். தனபாலிடம் கொண்டுபோய் அறிமுகம் செய்கிறேன் என்று சொல்லியிருந்தார்.

அந்தச் சமயத்தில் கவின் கலைக் கல்லூரியில் சேர விண்ணப்பம் போட்டிருந்தேன். நேர்முகத் தேர்வை எழுதிவிட்டு நல்லதொரு தகவலுக்காகக் காத்திருந்தேன். எல்லாருக்கும் கல்லூரியில் சேருவதற்கான கடிதம் வந்திருந்தது. எனக்கு எந்தத் தகவலோ கடிதமோ வந்துசேரவில்லை. ஓவியம் படிக்கவில்லையெனில் நான் சூனியமாகத்தான் இருந்திருக்க வேண்டும். ஆகவே கல்லூரியில் சேருவதற்கான கடிதத்தைப் பெரிதும் எதிர்பார்த்துக் காத்திருந்தேன். என்னைப் போன்ற வேறு யாருக்காவது உபயோகமாக இருக்கும் என்பதால், எல்லா நேர்முகங்களிலும் இது குறித்த பின்னணிச் சம்பவங்களை வெளிப்படையாகவே சொல்லிக்கொண்டிருக்கிறேன்.

எழும்பூர் தொன் பாஸ்கோ மெட்ரிகுலேஷனில் என்னுடைய பள்ளி வாழ்க்கை தொடங்கியது. ஆறாம் வகுப்பில் தோல்வி அடைந்தேன். ஒரு வருடம் மீண்டும் படித்து ஏழாம் வகுப்பிற்குச் சென்றேன். எப்படியோ எட்டாம் வகுப்பிற்கு முன்னேறினேன். எட்டாம் வகுப்பு, ஒன்பதாம் வகுப்பில் ஒவ்வொரு

முறையும் மீண்டும் மீண்டும் தோல்வி அடைந்தேன். படிப்பு என்னவோ சுத்தமாகவே எனக்கு வரவில்லை. எத்தனை முறை தோல்வியடைந்தாலும் பள்ளிப் படிப்பை நான் முடிக்க வேண்டும் என்பதில் என்னுடைய தாயார் பிடிவாதமாக இருந்தார். ஏனெனில் எல்லா விஷயத்திற்குமே பள்ளிக் கல்வி மிக முக்கியம் இல்லையா? தத்தித் தத்தி ஒரு வழியாகப் பத்தாவது தேறினேன்.

படிப்பில் சோபிக்காமல் இருந்ததற்கான மிக முக்கிமான காரணம் நான் புத்தகத்தைத் தொடுவதே இல்லை. பள்ளியிலிருந்து வீடு வந்து சேர்ந்ததும் மாலை நேரங்களில் களிமண்ணைப் பிசைந்து ஏதாவது உருவங்கள் செய்துகொண்டிருப்பேன். அப்போ தெல்லாம் காங்கிரஸ் கண்காட்சி, தீவுத் திடல் கண்காட்சிகள் நடக்கும். கையால் செய்த சிலைகளை அதில் காட்சிப் படுத்துவார்கள். களிமண், பித்தளை, ஈயம் போன்றவற்றில் சிலைகள் செய்வதைப் பற்றி அங்கு ஓர் ஓரத்தில் சொல்லிக் கொடுப்பார்கள். மிகச் சுலபத்தில் ஈயம் உருகிவிடும். அதைப் பார்த்த பாதிப்பில், சமையல் செய்யும் கரண்டியில் ஈயத்தை வைத்து அடுப்பில் உருக்கி ஏதாவது ஓர் உருவத்தை வீட்டில் பயிற்சி செய்து பார்ப்பேன். ஏற்கெனவே சின்னதாக ஒரு களிமண் சிலை என்னிடம் இருந்தது. களிமண்ணில் அழுத்தி உருக்கிய ஈயத்தை ஊற்ற முயன்று பார்த்திருக்கிறேன்; கொஞ்சம் சிதறிக் கைகளில் பட்டிருந்தாலும் அவ்வளவுதான்.

கலை என்னுள் சேகரமானது பக்தியால்தான். சாமி அலங்காரம் செய்வதைச் சிறுவயதில் ஆர்வத்துடன் பார்ப்பேன். நான் செய்யும் களிமண் சிலைகளுக்குத் தங்க நிறத்தில் வண்ணம் பூசுவேன். சிலமுறை வண்ணம் பூசாமல் சமையல் அடுப்பில் வைத்து அதைச் சுட முயற்சி செய்வேன். அது சுடுமண் சிற்பமாகிவிடும். கலைத்துறையில் நாம் பார்த்தும் கேட்டும்தான் நம்மைச் செழுமைப்படுத்திக்கொள்ள இயலும். கோவில்களுக்கும் அருங்காட்சியகத்திற்கும் சென்று அங்கிருக்கும் சிலைகளைப் பார்க்கும்போது, அதுபோலவெல்லாம் செய்து பார்க்க வேண்டுமென்று ஆசைப்படுவேன். இது போன்ற ஆர்வம் இருந்ததால் தேர்வுகள் வந்தாலும் படிக்காமல் விட்டுவிடுவேன். தேர்வுகளுக்கும் செல்லாமல் வீட்டில் களிமண் பொம்மைகள் செய்துகொண்டிருப்பேன். எனக்கு நண்பர்கள் வட்டமும் பெரிதாக இல்லை; வெளியில் சென்றும் விளையாடியதில்லை. ஒரு செங்கல் கிடைத்தாலும் அதைச் சுரண்டிச் சிலை செய்வேன். இந்த ஆர்வம் எனக்குள் எப்படி வந்ததென்றே தெரியவில்லை.

ஆகவே, கவின் கலைக் கல்லூரியில் செல்ல விண்ணப்பித்து பதில் கடிதம் வராமல் காத்திருந்தேன். சரி என்னதான் ஆனது என்று கல்லூரிக்கு விசாரிக்கச் சென்றால் என்னை நேரடியாகவே

இரண்டாம் வருடத்தில் சேர்த்திருந்தார்கள். பள்ளியில் நான்கு வருடங்கள் வீணானதை இங்கு சரி செய்துவிட்டேன்.

நேரடியாக இரண்டாம் வருடத்தில் சேர்வது மிகப்பெரிய விஷயம். தனபால்தான் அதைச் செய்தார். சிலைத் துறையை நான் விருப்பப் பாடமாக எடுத்திருந்தேன். அப்போது தனபால்தான் முதல்வராக இருந்தார். பள்ளிப் படிப்பில் மோசம் என்பதால் எனக்குப் பயமாகவே இருந்தது. வகுப்பிற்குச் சென்றபோதுதான் தெரிந்தது. ஏற்கெனவே ஓராண்டு அங்கு படித்த மாணவர்களை விடச் சிறப்பாகவே சிலைகளைச் செய்கிறேன் என்று!

கல்லூரியில் சேர்ந்த பின்னரும் அய்யனார், குதிரை வீரன் போன்ற கிராம தெய்வங்களையும் தேவதைகளையும் வடித்துக் கொண்டிருந்தேன். எஸ். கோபால் எனக்கு ஆசிரியராக இருந்தார். என்னுடைய வேலைகளைப் பார்த்துவிட்டு மிகுந்த உற்சாகம் கொடுத்தார். அன்றைய நாளில் மோல்டிங் பற்றிய வகுப்பெடுக்கத் தனியாக ஓர் ஆசிரியரே இருந்தார். சிற்பம், சிலைகளைப் பற்றிய படிப்பில் மோல்டிங் மிக முக்கியமான ஒன்று. அதை ஒழுங்காகக் கற்றுக்கொள்ளவில்லையென்றால் இந்தத் துறையில் இருக்க முடியாது. எனக்கு மோல்டிங்கில் அதிக ஈர்ப்பு ஏற்பட்டது. கோபால் அப்போது மோல்டிங் துறையில் இருந்தார். முழுநாளும் சட்டாம்பிள்ளைபோல அவருடனேயே இருப்பேன். மற்றவர்கள் செய்ய வேண்டிய மோல்டிங் வேலைகளையும் நானே செய்து கொடுப்பேன்.

தனபாலுக்கான போர்ட்ரைட் மோல்டிங் வேலைகளைத் தொழில்முறையாகச் செய்யக்கூடியவர் கோபால். கொஞ்சம் கவனக் குறைவாக இருந்தால் முழு வேலையும் கெட்டுவிடும்; நம்பகத் தன்மை இல்லாமலும் போய்விடும். கல்லூரியின் மேல்தளத்தில் முதல்வர் அறைக்கருகில் மோல்டிங் ஸ்டூடியோ இருந்தது. யாரையும் உள்ளே விடமாட்டார்கள். முக்கியமான சில வேலைகள் அங்கு நடக்கும். கோபாலுக்கு உதவியாளராக உடன் செல்லும் வாய்ப்பு எனக்குக் கிடைத்தது. அப்போது ரீகம்போஸ்மெண்ட்டுக்காகக் கம்பி வைப்பார்கள். அதை எப்படி வைப்பதென்பதை அவருடன் இருந்த சமயத்தில் கற்றுக்கொண்டேன்.

ஒருமுறை கோபால் விடுமுறையில் இருந்தார். அப்போது மோல்டிங் எடுக்க வேண்டிய அவசியம் வந்தது. தனபால் என்னை அழைத்தார்.

“என்ன விஜி? நீ மோல்டிங் எடுக்குறியா,” என்று கேட்டார்.

எனக்கு என்னவோ தங்கக் கிரீடமே வைத்ததுபோல இருந்தது. அவர் சாதாரணமாக இதுபோல யாரையும் சேர்த்துக்கொள்ளக் கூடியவரன்று. நூறு சதவீதம் சிறப்பாகச் செய்துகொடுக்க வேண்டுமென்று தியானம் செய்வதுபோல மோல்டிங் எடுத்தேன். முழுக் கவனத்துடன் வேலை செய்தேன்; என்றாலும் பிரித்துப் பார்க்கும் வரை பதற்றமாகவே இருந்தது. எந்த ஒரு சேதமும் இல்லாமல் பிளாஸ்ட் ஆஃப் பாரிஸ் முறையில் முடித்துக் கொடுத்தேன். "ரொம்ப நல்லா செய்திருக்கே விஜி," என்று சொன்னார்.

இந்தத் துறையில் திறமையானவனாக வந்ததே மோல்டிங் செய்யும் திறனால்தான். அதன் பிறகு கல்லூரிப் பணியிலிருந்து ஓய்வு பெறும்வரை நிறைய வேலைகளை அவருக்குச் செய்து கொடுத்தேன். மந்தைவெளியில் இருந்தபோது குணபூஷணமும் நானும் அவருடைய வீட்டிலும்கூடப் பல வேலைகளைச் சேர்ந்து செய்திருக்கிறோம். எங்கள் இருவருக்கும் பேருந்தில் வந்துசெல்ல ஆளுக்கு இரண்டு ரூபாய் பணம் கொடுப்பார். கொடுத்த பணத்தை வாங்கி பாக்கெட்டில் போட்டுக்கொண்டு இருவரும் பேசிக்கொண்டே பேருந்து நிலையத்திற்கு வந்து 23 A பேருந்தைப் பிடிப்போம். அப்போது மந்தைவெளி ஒரு கிராமம் போலவே இருக்கும்.

ஒன்பது அடி சிலைகளைச் செய்யும்போது எங்களை உடன் வைத்துக்கொள்வார். மற்றவர்களை உடன் சேர்த்துக்கொள்ள மாட்டார். வேலைகளை ஓரளவிற்குக் கற்றுக்கொண்டாலும் அவரைப் பார்ப்பதை நிறுத்தவே இல்லை. தனபாலோடு நீண்ட நாட்கள் இருந்ததால் துறை பற்றிய தெளிவு எனக்கு வந்தது. கல்லூரியில் இந்த அளவிற்குக் கற்றுக்கொள்ள முடியாது.

தனபாலிடம் பலர் வந்து வேலை செய்வார்கள். அவர்களிடமும் கற்றுக்கொள்ள நமக்கு நிறைய விஷயங்கள் இருந்தன. வெண்கலச் சிலைகளை வார்த்தெடுக்கச் சிலர் வருவார்கள். களிமண்ணில் அதற்கான உருமாதிரியைச் செய்வார்கள். இந்த வேலைக்கு அவர்கள் எப்படித் தயாராகிறார்கள், என்னவெல்லாம் செய்கிறார்கள் என்று கற்றுக்கொள்ள முடியும். ஆரம்பத்தில் களிமண்ணில் செய்துகொண்டிருந்தோம். பிறகு பிளாஸ்டர் ஆஃப் பாரிஸ், ரப்பர் எனச் செய்முறைகள் மாற்றம் கண்டு இப்போது வாக்ஸில் செய்யும் முறை வந்திருக்கிறது.

அந்தக் காலத்தில் ராய் சவுத்ரி கொருக்குப்பேட்டையில் தனக்கான ஸ்டூடியோவை உருவாக்கியிருந்தார். பெரியார், காந்தி சிலைகள் அங்கு வார்த்தெடுக்கப்பட்டவை. அதன் ஒரு சிலை தில்லி மியூஸியத்தில் இருக்கிறது. எப்படி வைத்தார்களோ அப்படியே

இன்றுவரையிலும் இருக்கிறது. நம் ஆட்கள் அதற்கு வண்ணம் பூசிவிட்டார்கள். அதில் நுட்பமான வேலைப்பாடுகள் மறைந்து போயின. ராய் சவுத்ரிக்கு வேலை செய்பவர்கள் தனபாலிடமும் வருவார்கள்.

களிமண் மிதிக்க வருபவர்கள் அவர்களுடைய அனுபவங் களை எங்களுடன் பகிர்ந்துகொள்வார்கள். வெவ்வேறு இடங்களில் நடக்கும் வேலைகளைப் பேசுவார்கள். களிமண்ணை மிதித்துப் பக்குவமாக்கும் சண்முகம் என்று ஒருவர் எனக்கு அறிமுகமா னார். அவரிடம் ஓர் அம்மன் சிலை செய்ய வேண்டுமென்ற என்னுடைய ஆசையைத் தெரிவித்தேன். வெண்கல விக்கிரகங்கள் செய்யும் ஒரு குழுவை எனக்கு அறிமுகப்படுத்தினார். தனபாலின் செய்முறைப் பட்டறையிலிருந்து முற்றிலும் வேறுபட்டதாக அது இருந்தது. தினமும் சென்று வேலையைக் கவனித்தேன். இந்தக் கலையிலிருந்து அந்தக் கலை முற்றிலும் வேறாக இருந்தது. அவர்களுடைய வார்ப்புமுறையும் வேறாக இருந்தது. சீவிச் சீவிச் செதுக்கி எடுப்பார்கள். நாங்கள் அதுபோலச் செதுக்க மாட்டோம். மல்டி புரொடக்ஷன் பிராஸஸ் செய்ய வேறு நபர்கள் இருந்தார்கள்; பொடி செய்து ஊற்றுவார்கள். அவர்களிடமும் கற்றுக்கொண்டேன். கவசங்கள் செய்பவர்கள் தனிக்குழுவாக இருந்தார்கள். அவர்களையும் சென்று பார்த்தேன்.

தனபால் எங்கு சென்றாலும் என்னை உடனழைத்துச் செல்வார். ஒரு தோல் பை இருக்கும். ‘விஜி, வா போகலாம்’ என்று கூப்பிட்டால் எதுவும் கேட்காமல் உடன் சென்றுவிடுவேன். மைலாப்பூர், ராயப்பேட்டை என எங்கு சென்றாலும் அவருடன் செல்வேன். தனபாலுடன் சேர்ந்து வேலை செய்ததும் நல்ல மதிப்பைப் பெற்றதும் என்னுடைய வாழ்வின் பாக்கியம். என்மீது அவருக்கு நல்ல அபிப்ராயம் இருந்தது என்பதில் சொல்ல முடியாத மகிழ்ச்சி. மற்றவர்களிடம் பழகுவதைவிட என்னிடம் கொஞ்சம் அன்புடன் பழகுவார். அவருடைய வீட்டில் நிறைய பேர் வந்து தங்குவார்கள். எப்போதும் பத்துப் பதினைந்துபேர் அங்கு தங்கிக்கொண்டிருப்பார்கள். அந்த வீட்டில் மனம் கோணாமல் எல்லோருக்கும் சமையல் செய்து போடுவார்கள். நானேகூட என் வீட்டில் சாப்பிட்டதைக் காட்டிலும் தனபால் வீட்டில் சாப்பிட்டதுதான் அதிகம். காலையில் வீட்டை விட்டுக் கிளம்பினால் இரவு ஒன்பது மணிக்குத் திரும்புவேன். இதுபோன்ற வாழ்க்கை பிறருக்கு அமையாது. இரண்டாவதாக, தனபாலுக்குப் பணம் சம்பாதிக்க வேண்டுமென்ற எண்ணம் கிடையாது. நிறைய பேருக்கு உதவி செய்வார். அவரால் வாழ்வில் முன்னேறியவர்கள் ஏராளமானோர் இருக்கிறார்கள். எங்கெல்லாம் வாய்ப்பு இருக்கிறதோ அங்கெல்லாம் ஓவியர்களை

அனுப்பிவைத்து வேலை கிடைக்க ஏற்பாடு செய்திருக்கிறார். பாடம் நடத்துவது மட்டும்தான் தன்னுடைய வேலையென்று இருக்கமாட்டார். அவரவர் திறமைக்கேற்ப பொருளீட்டவும் உதவி செய்வார். இத்தோடு நின்றால் கூடப் பரவாயில்லை, நிறையப் பேருக்குக் கல்யாணமும் செய்து வைத்திருக்கிறார். அவருடனே இருப்பவர்களுக்கு இதுபோன்ற எல்லாமுமே செய்து அழகு பார்ப்பார்.

காலங்கள் ஓடி என்னுடைய கல்லூரி வாழ்வும் முடிந்துவிட்டது. இருந்தாலும் அவருடன் சென்று வேலை செய்துகொண்டிருந்தேன் என்பதால், "ஏதாவது வேலை இருந்தால் சொல்லுங்க சார்..." என்றேன்.

"கண்டிப்பா செய்யிறேன் விஜி... நல்ல வேலை வந்தா சொல்றேன்," என்றார்.

செய்திருந்த செராமிக் வேலைகளைக் காட்டுவதற்காக தனபாலை வீட்டிற்கு அழைத்திருந்தேன்; வந்திருந்தார். பெரிய வீட்டில் வாழ்கிறேன் என்பதெல்லாம் அவருக்குத் தெரியாது. உடன் ஒருவரையும் அழைத்து வந்திருந்தார்.

"விஜிக்கு ஒரு பொண்ணு பார்த்துக் கல்யாணம் செய்யக் கூடாதா?" என்று அம்மாவிடம் கேட்டார்.

அதற்கடுத்த இரண்டு நாட்களில் ஜாதகம் ஒன்றை தனபால் எடுத்துக்கொண்டு வீட்டிற்கு வந்தார். பெண்ணின் அண்ணனையும் உடன் அழைத்து வந்திருந்தார். அப்போது எனக்கு வேலைகூட இல்லை. தற்காலிகமாக எங்காவது வேலை கிடைத்தால் சென்றுகொண்டிருப்பேன்.

தனபாலின் தேர்வுகள் எப்போதுமே சிறப்பாக இருக்கும். செய்த வேலைகளில் சிறப்பானதைத் தேர்வு செய்வதையும் அதைக் காட்சிக்கு வைப்பதையும் அவரிடம்தான் கற்க வேண்டும். சுமாராகச் செய்த வேலையைக்கூட வைக்கும் விதத்தில் காட்சிக்கு வைத்தால் மிக அழகாகத் தெரியும்; அதில் தனபால் மிகச் சிறந்தவர். ஆகவே, அவர் சொன்ன பெண்ணையே திருமணமும் செய்துகொண்டேன்.

கலை, தனபால், கடவுள் பக்தி இந்த மூன்றும்தான் என் வாழ்வைச் செதுக்கியவை.

13

அபராஜிதன் ஆதிமூலம்
ஓவியர்

சிற்பி தனபாலின் நூற்றாண்டில் அவர் குறித்த, அவருடைய சமகாலத்தில் வாழ்ந்தவர்கள் குறித்த மீள் பார்வை அவசியமாகிறது. இதுவரையிலும் கலை ஆளுமைகள் குறித்து என்ன நடந்திருக்கின்றன என்பது ஒருபுறம் இருந்தாலும், மீண்டும் ஒரு புள்ளியிலிருந்து தனபால் போன்ற ஆளுமைகளைப் பேச வேண்டிய அவசியமிருக்கிறது. ஏனெனில் அந்த அளவிலான பெரும் கலைப் பங்களிப்பை நிறையப் பேர் செய்திருக்கிறார்கள். அதன் வழியாகச் சமூகத்தின் கலைப் போக்கையும் செழுமைப்படுத்தி யிருக்கிறார்கள். சமூகத்தின் அழகியல் முகத்தை நவீனத் தன்மையில் உருவாக்கியிருக்கிறார்கள். அந்த வகையில் இவர்கள் நவீனத் தன்மையின் அடிப்படை ஆதாரங்களாக விளங்குகிறார்கள்.

'சுயம்' என்ற ஒன்று இருக்குமானால், அதன் 'வித்தாக' ஏதாவது ஒன்று இருக்க வேண்டும்தானே? இன்னொரு வகையில் சுதந்திரப் போராட்ட காலத்திலேயே தனபாலின் தலைமுறையைச் சார்ந்தவர்கள் கலைத்துறை மாணவர்களாக இருக்கிறார்கள்; கலைக்கல்லூரியின் அங்கங்களாக இருக்கிறார்கள். சினிமா, இலக்கியம் போன்ற இதர துறைகள் நவீனத்தின் வேரைப் பற்றுவதற்கு முன்பே ஓவியம் அதன் தன்மையில் பயணத்தைத் தொடங்கிவிட்டது. ஏனெனில் இதர துறைகள் இன்னமும் கூடக் கதையாடல் தன்மையில்தான் பெரிதாகக் கவனம் செலுத்துகின்றன. வடிவார்ந்த நோக்கில் ஓவியங்கள் அளவிற்குப் பரீட்சார்த்த முயற்சிகளில் அவர்கள் வெற்றி கண்டதில்லை.

பரீட்சார்த்த முயற்சிகளின் அழகியல் கூறுகள் பயிற்சியிலும் மரபிலும் இருந்தே வருகின்றன, அதற்கான பாதையாக ஓவியத் துறை ஆளுமைகள் இருந்திருக்கிறார்கள்.

தனபால் மயிலாப்பூரைப் பூர்வீகமாகக் கொண்டவர். அவருடைய முன்னோர்கள் ஆந்திராவிலிருந்து சென்னைக்கு வந்து குடியேறியவர்களாக இருந்தாலும் தனபால் பிறந்து வளர்ந்தது சென்னையில்தான். தஞ்சாவூர், திருநெல்வேலி போன்ற தென் தமிழக இடங்கள் கலாச்சாரம் தழைத்தோங்கிய இடங்களாகச் சொல்லப்பட்டு வந்திருக்கின்றன. அங்கிருந்து வந்தவர்கள் பல்துறை ஆளுமைகளும் கூட. சிறுவயதில் தந்தையை இழந்தது, கல்லூரியில் சேர்ந்தது என தனபாலின் வாழ்வில் சுவாரஸ்யமான திருப்பங்கள் இருக்கின்றன. ராய் சவுத்திரி, தனது 27ஆம் வயதில் ஓவியக் கல்லூரியை வழிநடத்தும் கண்காணிப்பாளராக மட்டுமே இருக்கிறார். முதல்வர் என்ற பதவி அப்போது இல்லை. 1935ஆம் ஆண்டு தனபால் ஓவியக் கல்லூரிக்குள் நுழைகிறார். அதற்கு முன்பும் பின்பும் கலைக் கல்விச் சூழல் எப்படி இருந்தது?

லண்டன் மாநகரில் 1851ஆம் ஆண்டில் கைவினைப் பொருட்களுக்கான உலகக் கண்காட்சி நடக்கிறது. மரபார்ந்த இந்தியக் கலைப் பொருட்களுக்கு உலகச் சந்தையில் பெரு மதிப்பு இருந்தது. ஆகவே பிரிட்டிஷ் காலனியில் சில தொழில்நுட்பக் கலைஞர்களை உருவாக்க வேண்டிய அவசியம் ஆங்கிலேயர்களுக்கும் இருந்தது. உலகச் சந்தையில் இந்தியப் பொருட்களுக்குப் பெரிய வரவேற்பு இருந்ததால் மேற்கத்தியர்களுக்கே உரிய யோசனைப்படி சிதறிக்கிடக்கும் கலைஞர்களின் ஆற்றல்களை இணைத்துப் பெரிய வியாபாரச் சந்தையை உருவாக்கக் கலைப் பயிலகத்தைக் கட்டமைக்கிறார்கள். ஆரம்பப் பயிற்சியைக் கொடுத்துவிட்டால், அவர்களைக் கொண்டு தேவையான கலைப் பொக்கிஷங்களை உருவாக்கி விடலாமென்று யோசிக்கிறார்கள். இந்திய நவீன பாணி ஓவியங்களுக்கும் அதில் இடமளிக்கிறார்கள்; இரண்டையும் சமமாக ஊக்குவிக்கிறார்கள்.

பின்னாளில் ஓவியக் கல்லூரியாக அறியப்பட்ட இது பிரித்தானிய அரசின் தேவைகளை முழுமை செய்வதற்காகத்தான் ஆரம்பக் கட்டத்தில் இருந்தது. இருபதாம் நூற்றாண்டுகளில் இந்தியக் கலைகள் வளர ஆரம்பிக்கின்றன. ஆனந்த குமாரசுவாமி போன்றவர்கள் எழுத ஆரம்பித்ததில் கலைப் பிரக்ஞை ஏற்படுகிறது. ஈ.பி. ஹேவல் என்ற ஆங்கிலேயரும் இந்தியக் கலைப் பாரம்பரியத்தால் ஈர்க்கப்பட்டு அதைப் பற்றியும் அதன் முக்கியத்துவங்கள்பற்றியும் எழுதுகிறார். அவர் 'மெட்ராஸ் ஸ்கூல்

ஆஃப் ஆர்ட்ஸ்' கல்வியகத்தின் முதல்வராகவும் இருக்கிறார். ரவீந்திரநாத் தாகூர் பின்னாளில் ஹேவலுக்கு நண்பரானார். இந்த நட்பினால்தான் சாந்திநிகேதன் தொடங்கப்படுகிறது. இந்தியாவிலிருக்கும் நுண் கலைஞர்களைப் பயன்படுத்தி வியாபாரத்தைப் பெரிதாக்குவதற்காகச் சென்னை ஓவியக் கல்லூரியைத் தொடங்குகிறார்கள்.

பர்னிச்சர் துறை, மெட்டல் துறை, டெக்ஸ்டைல் துறை என ஆரம்பக் கட்டத்திலிருந்த துறைகளை எடுத்துப் பார்த்தாலே இப்போது ஓவியக் கல்லூரி அடைந்திருக்கும் பரிணாமம் என்னவென்று விளங்கும்.

இந்தியக் கலைப் பொருட்களைச் சந்தையாக்குவதற்காக ஓவியக் கல்லூரி தொடங்கப்பட்டது. அதன் மைய நீரோட்டத்தில் ராய் சௌத்ரி, பணிக்கர், தனபால் போன்றோர் இருக்கிறார்கள். இந்திய சுதந்திரத்திற்குப் பிறகு ஏற்பட்ட மாறுதல்களால் ஓவியக் கல்லூரி எப்படி மறுமலர்ச்சி அடைந்தது என்பதைப் புரிந்துகொண்டால்தான், தனபால் போன்றவர்களின் பங்களிப்பும் தெளிவாகும்.

ஈ.பி. ஹேவல் போன்றவர்கள் மாற்றத்தை உருவாக்கு கிறார்கள். பெங்காலில் கூடச் சில விஷயங்கள் நடக்கின்றன. இது போன்ற பயிற்சி உள்ளவர் தேவி பிரசாத் ராய் சௌத்ரி. முப்பதுகளில் சென்னை ஓவியக் கல்லூரிக்கு வந்தார். இவர்தான் வியாபார நிமித்தமாகப் பயன்படுத்தப்படும் இடத்தைக் கலைக்கானதாக மாற்ற முயற்சித்தார்.

இங்கு படிக்க வருபவர்கள் வெறுமனே பிரதி எடுப்பவர்கள் அல்லர். கலைஞர்கள் என்ற அடையாளத்தை நோக்கி நகர்த்துகிறார். நாங்கள் படித்து முடிக்கும் வரையிலும் 'மெட்ராஸ் ஸ்கூல் ஆஃப் ஆர்ட்ஸ் & கிராப்ட்ஸ்' என்றே பட்டயச் சான்றிதழ் வழங்குவார்கள். கவின்கலையாகச் சமீப ஆண்டுகளில்தான் மாற்றினார்கள்.

இந்த மாற்றம் முளைக்கத் தொடங்கும் ஆரம்பக் காலங்களில் ராய் சவுத்ரியின் மாணவர்களாகப் பணிக்கர், கிருஷ்ணா ராவ், தனபால் போன்றவர்கள் வந்தனர். சந்தானராஜ், முனுசாமி என அடுத்த தலைமுறை வருகிறார்கள். அதே எண்ண ஓட்டத்தில் பணிக்கர், தனபால் போன்றவர்கள் இயங்குகிறார்கள்.

இந்தியாவுக்குச் சுதந்திரம் கிடைப்பதற்கு முன்பும் பின்பு மான ஆண்டுகளில் உலகமயத் தாக்கத்தில்தான் நாம் இருந்திருக்கிறோம். அதற்கேற்ப நவீனத்தின் தாக்கமும் நமக்கு இருந்திருக்கிறது. ஓர் ஓவியத்தில் ஒரு காலம்வரை அதை

வரைபவரின் கையொப்பமும் அடையாளமும் இருக்காது. நாம் செய்யும் வேலையை நமதாகச் சொல்ல முடியாத சூழல் ஆரம்பத்தில் இருந்தது. ஒரு கலைப் படைப்பை உருவாக்குபவர் குறித்த எந்தத் தரவுமே அதில் இருக்காது. சுயாதீனப் படைப்பாளர் என்ற அடையாளமே இவர்களின் காலங்களில்தான் வந்தது.

இந்தியச் சிற்பங்களைப் பார்த்து வரைதல், சிலைகளைப் பார்த்து வரைதல் போன்ற கல்விச் சூழலின் அடிப்படைகளோடு பட்டை தீட்டப்படும் இவர்கள், மரபை மீறிய நவீன பாணியின் போக்கிலும் உருவாக்கப்படுகிறார்கள். பெங்காலில் இருந்து இந்தப் பழக்கம் இங்கு வருகிறது. அங்கு அஜந்தா, எல்லோரா சிற்பங்களைப் பார்த்து வரையும் பயிற்சியைக் கொடுக்கிறார்கள். அதன்மூலம் ஒரு பயிற்சியை நந்தலால் போஸ், ராஷ்பிஹாரி முகர்ஜி, ராம் கிங்கர் போன்றவர்கள் உருவாக்கினார்கள். அந்தப் பயிற்சிமுறை நம்முடைய தன்மைக்கேற்ப இங்கும் பின்பற்றப்படுகிறது. இதனைக் கட்டுக்கோப்பான முறையில் பயிற்றுவிக்கிறார்கள்.

ஓவியக் கல்லூரியில் தேசியச் சுற்றுலா அழைத்துக்கொண்டு செல்வதன் காரணம் இதுவே. இந்தியக் கோவில்கள், நினைவுச் சின்னங்கள், வரலாற்றுக் கட்டடங்கள் போன்றவற்றைப் பார்ப்பது இதுபோன்ற பயிற்சி முறைக்காகவே. மதம், இனம், மொழி கடந்து நம்முடைய வேரை நோக்கிச் சென்று மானுடப் பரிணாமத்தைப் புரிந்துகொள்வது இதன் அடிப்படை நோக்கம். நமக்கான ஆழ்மனப் படிமங்கள் நமது தொன்மத்திலிருந்தே வெளிவரும்.

வெறுமனே ஓவியம் வரைதல், சிற்ப ஆக்கம் என்று நின்று விடாமல் அடுத்த தலைமுறையைச் சேர்ந்த ஆற்றல்மிக்கவர்களையும் இவர்கள் உருவாக்குகிறார்கள். மேலதிகமாக தனபால் ஓவியத்துறையில் மட்டுமில்லாமல் இசை, நடனம், நாடகம் எனப் பல தளங்களிலும் இயங்குகிறார். கலையை ஒரே விஷயமாக அவர் பார்க்கவில்லை; பன்மையாகப் பார்க்கிறார்.

அந்தத் தன்மையே நவீனமான பல பரீட்சார்த்த முயற்சிகளை நோக்கி அவரை உந்துகிறது. நடனம் வழியாக சினிமாவிலும் வேலை செய்திருக்கிறார். இந்தத் துறைகள் சார்ந்த அறிவுஜீவிகளின் நட்பும் தொடர்பும் அவருக்குக் கிடைக்கிறது. பாரதிதாசன், தியாகி ஜீவா ஆகியோருடன், தனபாலின் மனைவிக்கு நகைச்சுவை – குணச்சித்திரத் திரைக் கலைஞர் மதுரம் தூரத்து உறவினர் என்பதால் என்.எஸ். கிருஷ்ணன் என நேரடித் தொடர்பிலிருந்த ஆளுமைகள் பலர்.

இதுவே ஐம்பதுகளில் தேசிய ஆளுமைகளின் சிலையைச் செய்ய அவரை உந்துகிறது. பெரியார், காமராஜர், காந்தி,

ராதாகிருஷ்ணன் போன்ற முக்கியமானவர்களைச் சிலைகளாக வடித்திருக்கிறார். இது ஒருபுறம் இருந்தாலும் அதே காலகட்டத்தில் தனபால் செய்த ஔவையார் சிலைதான் முக்கியமான விஷயமாக மாறுகிறது. வடிவத்தைப் புரிந்துகொள்ளுதலின் வழி ஒரு முன்மொழியும் நவீனமாக அது மாறுகிறது. ஔவைக்கு ஒரு வடிவத்தைக் கொடுக்கிறார். அது அழகியல் வடிவமாக இல்லை. முதுகு வளைந்த வயதான பெண்ணின் தோற்றம் அது. மரபார்ந்த அறிவும் நவீன பாணியிலான நோக்கும் இருக்கும் ஒருவரால்தான் இதைச் செய்ய முடியும். இதை மீறித் தமிழ் சார்ந்த நவீன அடையாளமாக ஒன்றை உருவாக்குகிறார் என்றும் சொல்ல முடியும்.

'யேசுவைச் சிலுவையில் அறைதல்' அவரது சிலை ஆக்கத்தில் முக்கியமான பங்களிப்பு. வடிவம், வெளி ஆகிய இரண்டின் கலவை சார்ந்த அழகே இந்தச் சிலை. சிலை வார்ப்பில் இருக்கும் வெற்றிட வெளியை நிரப்புவதோடு அல்லாமல், ஏசுவின் வலியும் அதில் இருக்கிறது. இது கிறித்துவ அடையாளமாக மட்டும் இல்லை. இந்திய மரபின் கூறுகளைக் கொண்டே அந்தச் சிலையை வடித்திருக்கிறார்; அதே நேரத்தில் அதன் கருவும் கெடவில்லை.

இவையெல்லாம் வடிவ ரீதியிலான பரீட்சார்த்தம். இவர்களிடமிருந்துதான் இவையெல்லாம் மலர்கின்றன. பலரும் அதைப் பின்தொடர்கிறார்கள். ஒரு படைப்பின் முக்கியத்துவம் அதன் வடிவத்தில் இருக்கிறது. அதை நம் சூழலில் நிறைய பேருக்குப் புரிந்துகொள்ள முடிவதில்லை. அப்படிப் பார்த்தால் செய்நேர்த்தியிலும் நுட்பத்திலும் சிறந்தவைதாம் தனபாலின் படைப்புகள். கலை நுட்பம் இருப்பவர்களால் இதுபோல முயல முடியும். இதுபோன்ற விஷயங்களைப் புரிந்துகொள்ள முடியாததிலிருந்தே நம் சமூகத்தின் சரிவு தொடங்குகிறது. நாடகத் தன்மையுடன் இருக்கும் படைப்புகளுக்கு இங்கு கவனம் கிடைக்கிறது. புகைப்படக் கலை, சினிமா, இலக்கியம் என எல்லாவற்றுக்கும் இதைப் பொருத்திப் பார்க்கலாம்.

எஸ். தனபால்
வாழ்க்கைக் குறிப்பு

1919	:	சென்னை மயிலாப்பூரில் பிறந்தார்.
1935–1940	:	சென்னை அரசு கவின்கலை – கைவினைக் கல்லூரியில் வரைகலை *(painting)* மாணவராகச் சேர்ந்தார்.
1941	:	சென்னை அரசு கவின்கலை – கைவினைக் கல்லூரியின் ஆசிரியராக இணைந்து பணியாற்றத் தொடங்கினார். பணிக் காலத்தில் முன்மாதிரியான பல்வேறு கலைச் செயல்பாடுகளின் மூலம் மாணவர்களின் ஆர்வத்தை வளர்த்தெடுத்தார்.
1945	:	புது தில்லியிலுள்ள தேசியக் கலைக் காட்சியகத்தில் ஏற்பாடாகியிருந்த நவீன சிற்பக் கண்காட்சியில் இவரது படைப்பும் பங்குபெற்றது.
1957	:	சென்னை ஓவியக் கல்லூரியின் சிற்பத்துறைக்குப் பொறுப்பேற்கிறார். இந்தக் காலகட்டத்தில் இவர் செய்த படைப்புகள் கலைச் சூழலில் கவனம் பெற்றதுடன் தில்லியிலுள்ள தேசியக் கலைக் காட்சியகத்திலும் பார்வைக்கு வைக்கத் தேர்வாயின.
1959	:	மேற்கு ஜெர்மனியில் ஏற்பாடாகியிருந்த உலகக் கலைக் கண்காட்சியில் இவரது சிற்பங்கள் பார்வைக்கு வைக்கப்பட்டுப் பரவலான கவனத்தைப் பெற்றன. மேற்கு ஜெர்மனியின் அருங்காட்சியகம் பார்வைக்கு வைக்கப்பட்டிருந்த இவரது சிற்பத்தை வாங்கி நிரந்தரச் சேகரிப்பில் வைத்துக் கௌரவப்படுத்தியது.

1962	:	லண்டன் மாநகரில் நடைபெற்ற காமன்வெல்த் கலைக் கண்காட்சியில் பங்கேற்கிறார்.
1962	:	புது தில்லி தேசியக் கலைக் கண்காட்சியில் பங்குபெற்ற படைப்பாளிகளில் சிறந்த சிற்பிக்கான தேசிய விருதைப் பெற்றார்.
1966	:	கே.சி.எஸ்.பணிக்கருடன் சேர்ந்து சோழமண்டலம் கலைக் கிராமத்துக்கான முன்னெடுப்பைத் தொடங்கினார்.
1967	:	சென்னை நுண்கலை – கைவினைக் கல்லூரியில் துணை முதல்வராகப் பொறுப்பேற்றார்.
1968	:	கும்பகோணம் நுண்கலை மற்றும் கைவினைக் கல்லூரியில் துணை முதல்வராகப் பொறுப் பேற்றார்.
1968	:	தேசியக் கலைக் கண்காட்சியின் தேர்வுக் குழு, நடுவர் குழு உறுப்பினராகப் பொறுப்பேற்றார்.
1971	:	யுகோஸ்லாவியாவுக்கும் பிற ஐரோப்பிய நாடு களுக்கும் கலைச் சுற்றுப் பயணம் மேற்கொண்டு முக்கியமான அருங்காட்சியகங்களையும் கலைக் கூடங்களையும் பார்வையிட்டார்.
1972	:	சென்னை நுண்கலை – கைவினைக் கல்லூரியின் முதல்வராகப் பொறுப்பேற்றார். அதே ஆண்டில் லலித் கலா அகாதெமி இந்தியாவின் பெருநகரங் களில் ஏற்பாடு செய்திருந்த "இந்தியக் கலையின் வெள்ளிவிழா" கண்காட்சியில் தனது சிற்பங் களைக் காட்சிப்படுத்தினார்.
1977	:	கல்லூரி முதல்வர் பணியிலிருந்து ஓய்வு.
1978	:	தமிழ்நாடு லலித் கலா அகாதெமியின் சிறந்த சிற்பிக்கான மாநில விருதினால் கௌரவிக்கப் பட்டார். கோவையில் நடைபெற்ற தனிநபர்க் கண்காட்சியில் தனது ஓவியங்களையும் சிற்பங்களையும் பார்வைக்கு வைத்தார். ஜம்மு காஷ்மீர் – கலை மற்றும் மொழிகளுக்கான அகாதெமி காஷ்மீரில் ஏற்பாடு செய்திருந்த அகில இந்தியக் கலைஞர்கள் முகாமில் பங்கேற்றார்.
1979	:	தமிழ்நாடு லலித் கலா அகாதெமி ஊட்டியில் ஏற்பாடு செய்திருந்த அகில இந்தியக் கலைஞர்கள் முகாமில் பங்கேற்றார்.

1980 : தமிழ்நாடு லலித் கலா அகாதெமியின் ஃபெல்லோஷிப் விருதினால் கௌரவிக்கப் பட்டார். அந்த ஆண்டின் நடுவர் குழு உறுப்பினராகவும் செயல்பட்டார்.

சென்னை லலித் கலா அகாதெமி, சென்னையில் ஏற்பாடு செய்திருந்த அகில இந்தியச் சிற்பிகள் முகாமில் கலந்துகொண்டார்.

சிற்பத் துறையின் சிறப்பான பங்களிப்பிற்காகவும் தனித்துவமான கலை வெளிப்பாட்டிற்காகவும் மத்தியக் கல்வி அமைச்சகத்தின் பண்பாட்டுத் துறையின் ஃபெல்லோஷிப் விருதினால் கௌரவிக்கப்பட்டார்.

லலித் கலா அகாதெமியின் வெள்ளி விழாக் கொண்டாட்டத்தின் பொருட்டு இந்தியாவின் பல்வேறு பகுதிகளில் ஏற்பாடாகியிருந்த கண்காட்சிகளில் இவரது படைப்புகளும் பார்வைக்கு வைக்கப்பட்டன.

2000 : 2000ஆம் ஆண்டில் வயது மூப்பின் காரணமாக மரணமடைந்தார்.

தனபாலின் படைப்புகள் பார்வைக்கு வைக்கப்பட்டுள்ள முக்கிய இடங்கள்

தேசிய நவீன கலையகம், புது தில்லி

தேசியக் கலைக் காட்சியகம், சென்னை

நாடாளுமன்றம், புது தில்லி

லலித் கலா அகாதெமி, புது தில்லி

தமிழ்நாடு லலித் கலா அகாதெமி, சென்னை

ஜகன்மோகன் மாளிகை, மைசூர்

மேற்கு ஜெர்மனி அருங்காட்சியகம்

காந்தி அருங்காட்சியகம், சென்னை

பிராந்திய நடுவண் லலித் கலா அகாதெமி, சென்னை

ராஜ்பவன், சென்னை

ராஜ்பவன், மைசூர்

இவை தவிர, தனிப்பட்ட நபர்களின் விருப்பத்திற்கிணங்க பிரத்யேகமான நினைவுச் சிற்பங்களும் சிலைகளும் செய்து கொடுத்திருக்கிறார்.

பதினைந்து வருடங்களுக்கும் மேலாகப் புது தில்லி – லலித் கலா அகாதெமியின் நிர்வாகக் குழு உறுப்பினராகவும் பொதுக்குழு உறுப்பினராகவும் செயலாற்றினார்.

1961–68 காலகட்டத்தில் தென்னிந்திய ஓவியர் சங்கத்தின் துணைத் தலைவராக இருந்திருக்கிறார். 1968இல் அதன் தலைவராகவும் செயலாற்றத் தொடங்கினார்.

~

புகைப்படங்கள்

சிற்பி எஸ். தனபால்

தனபால், கே.சி.எஸ். பணிக்கர், ஹெச்.வி. ராம்கோபால் (முன்வரிசை)

பணிக்கர், கிருஷ்ணா ராவ், எஸ். தனபால், முனுசாமி

ஓவியக் கல்லூரி மாணவர்களுடன் எஸ். தனபால்

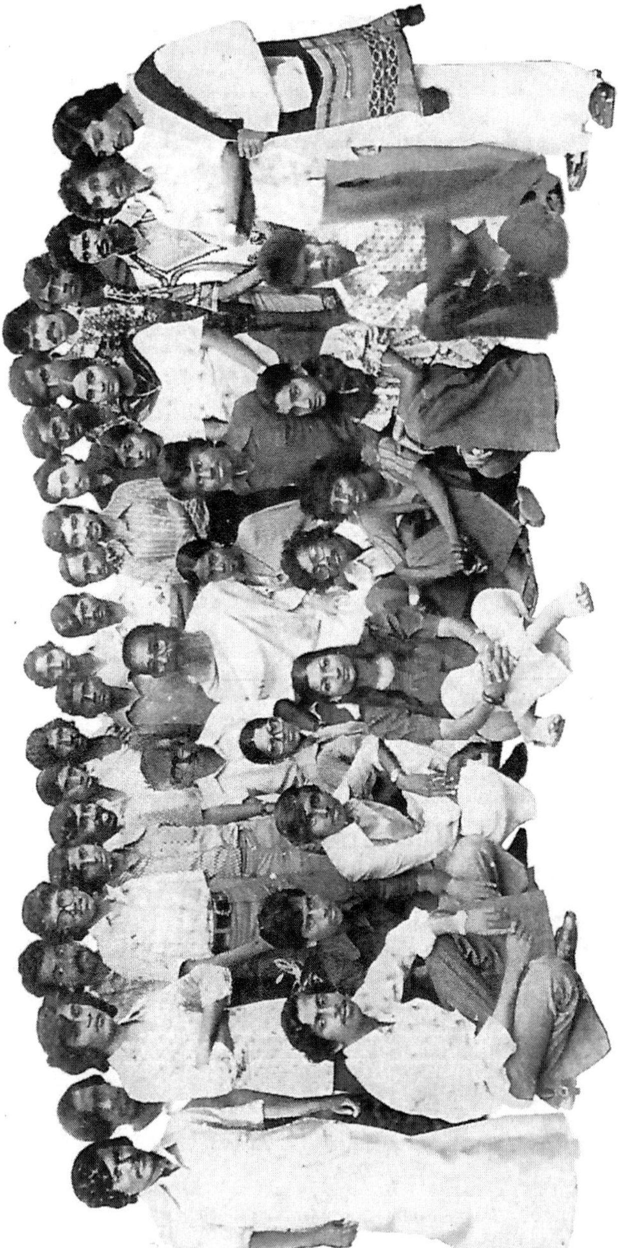

சென்னை கவின் கலைக் கல்லூரியின் முதலாவது இந்திய முதல்வரான டி.பி. ராய் சௌத்திரியுடன் (நடுவில் இருப்பவர்)

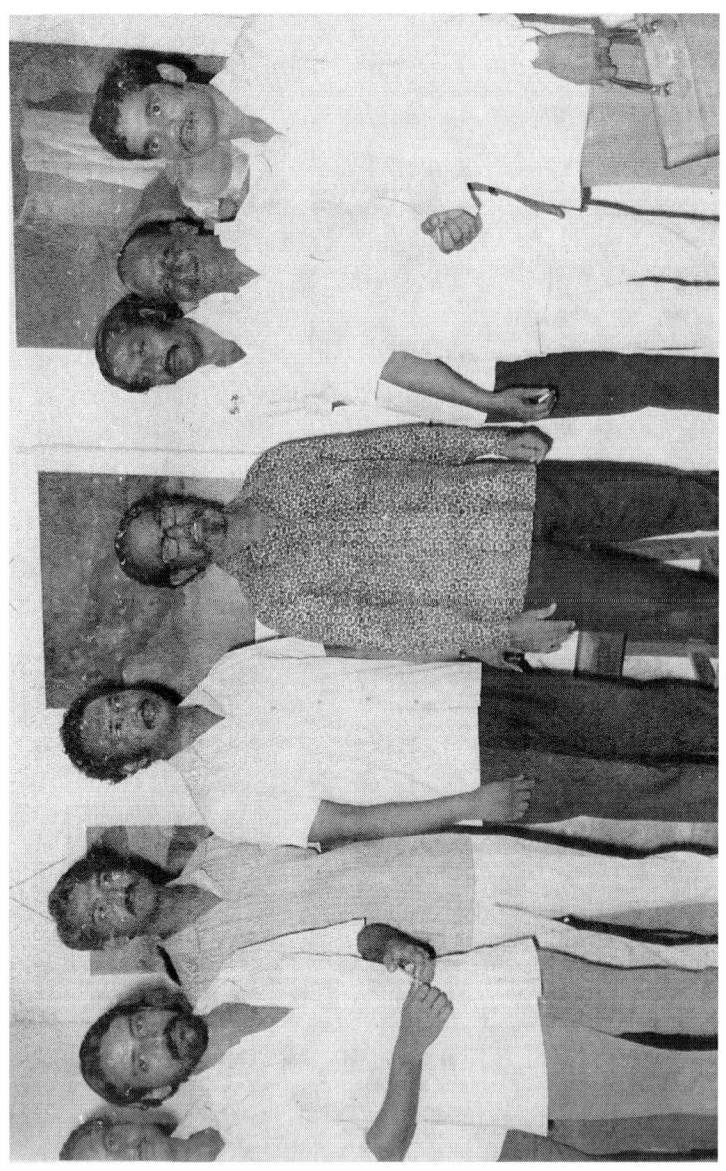

விஜய மோகன், ஆர்.பி. பாஸ்கரன், அந்தோணி தாஸ், எஸ். தனபால், டி. விஸ்வநாதன், பி.வி. ஜானகிராமன்

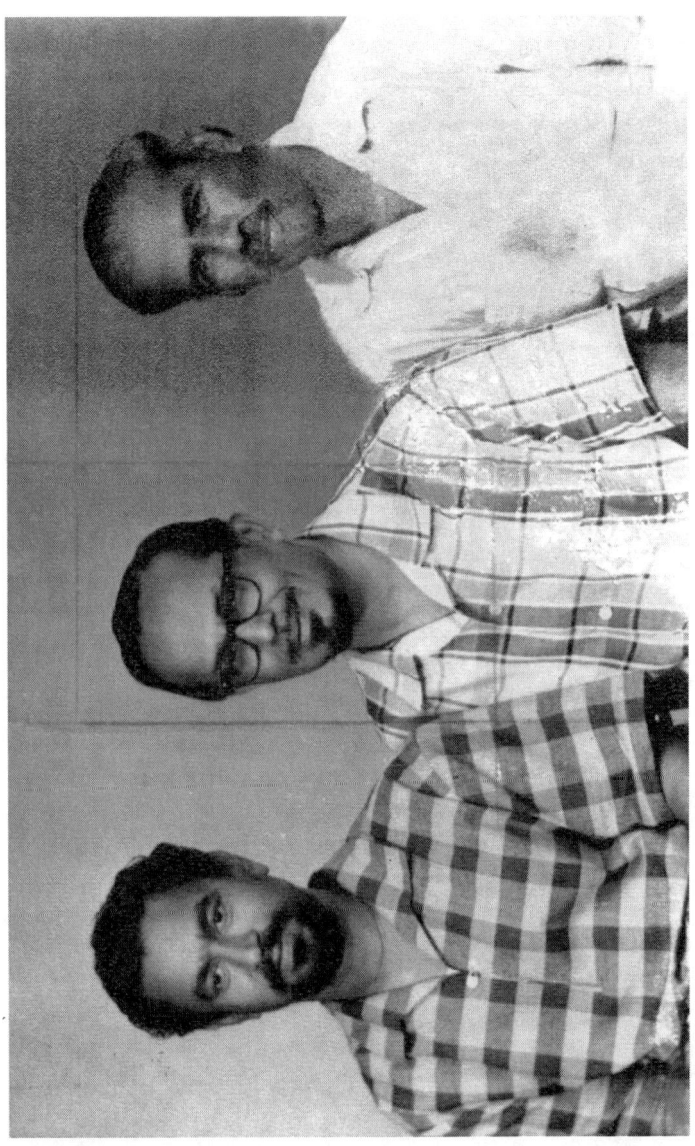

எஸ். தனபால், பணிக்கர், கிருஷ்ணா ராவ்

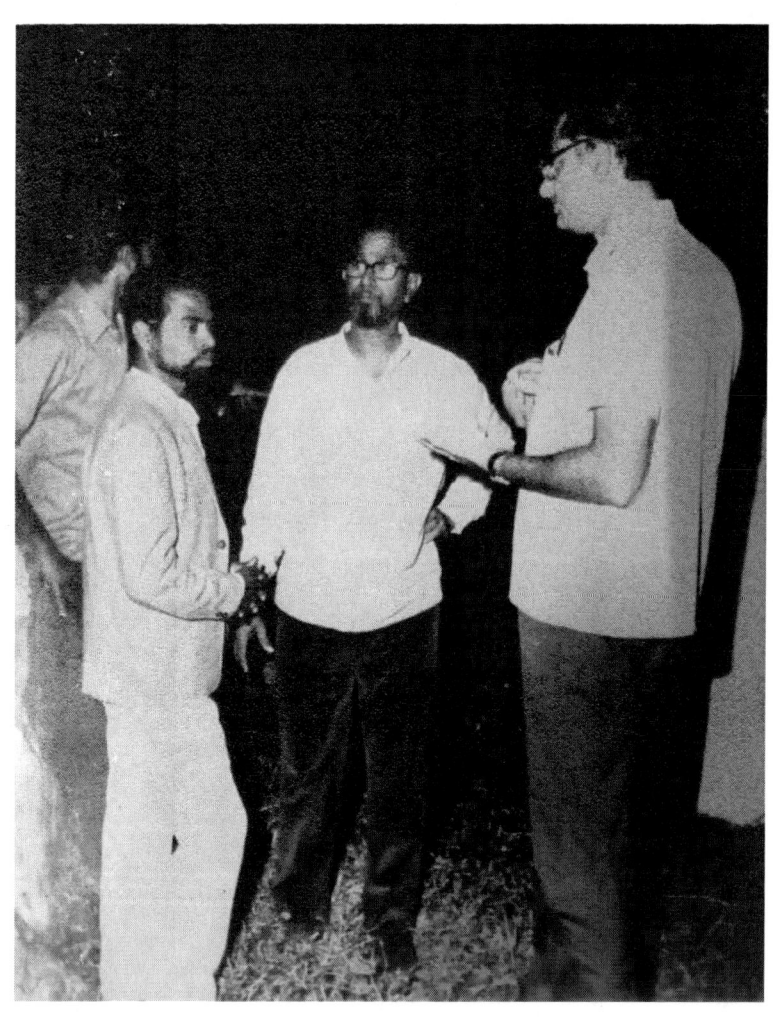

எஸ். கன்னியப்பன், எஸ். தனபால், 'ஆர்ட் வேர்ல்ட் கேலரி'யின் சோலோ தருவாலா.

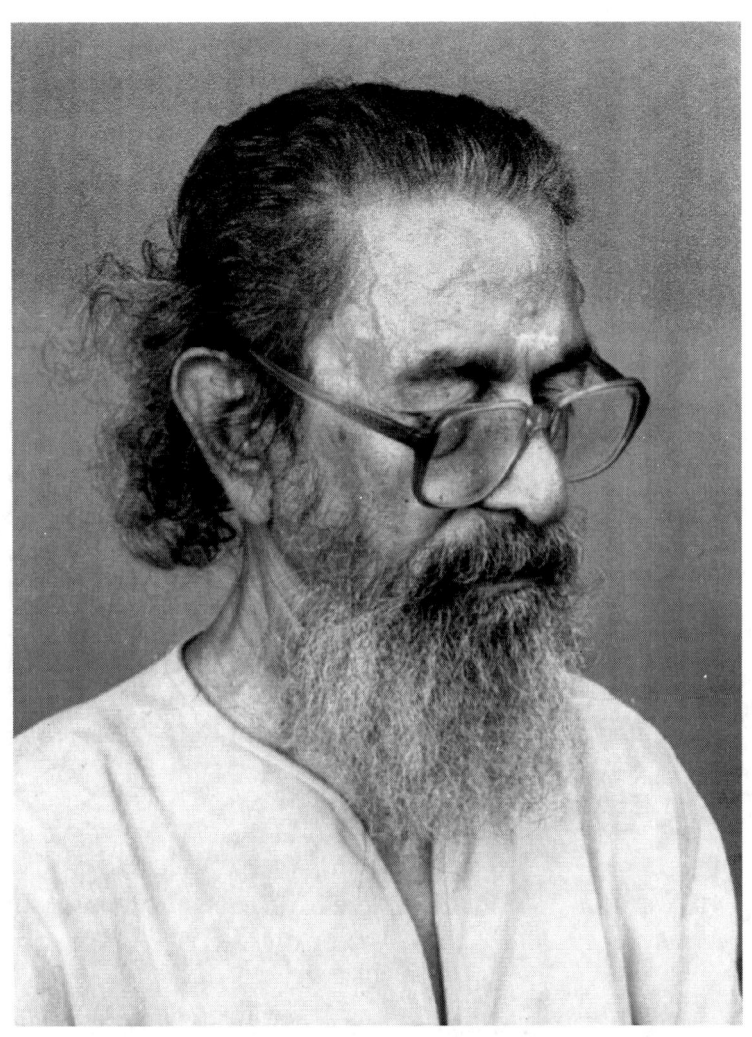

புத்தர் வேடத்தில்

பெரியாழ்வார் நாட்டிய நாடகம்

மீனவர் வேடத்தில்

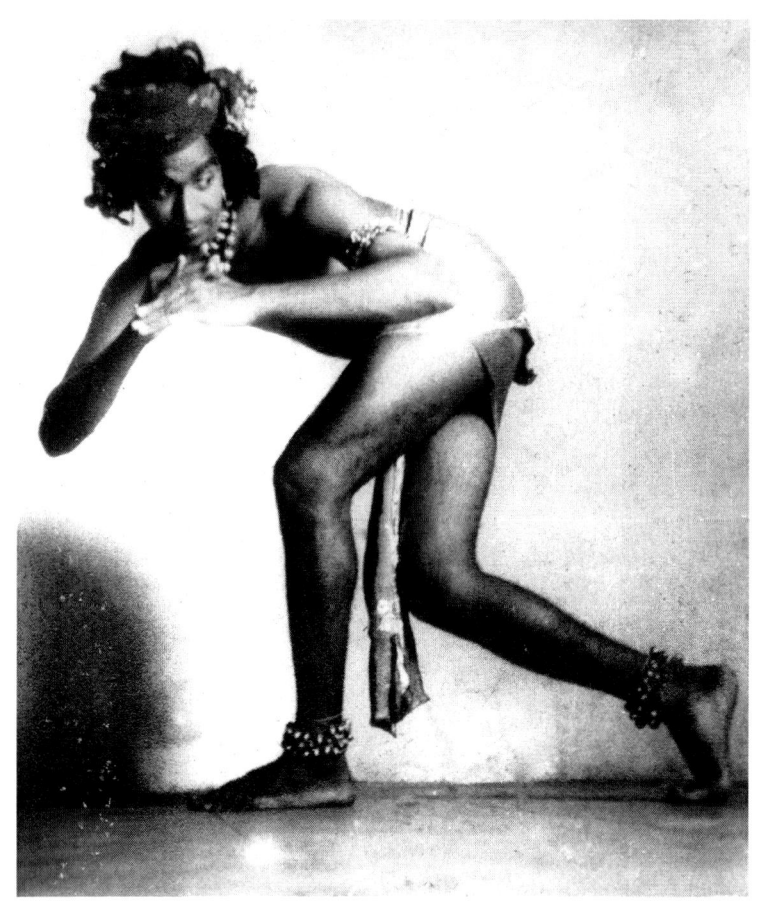

கிருஷ்ணர் வேடத்தில்

ஆர்.பி. பாஸ்கரனின் ஓவியம்

கட்டுரையாசிரியர்கள் குறிப்பு

நாகராஜன் அரவக்கோன் (1939)

பழநிக்கு அருகிலுள்ள கலையம்புத்தூர் கிராமத்தில் பிறந்தவர். தந்தையின் ஆசிரியப் பணியின் காரணமாகச் சிறு வயதில் ரிஷிவேலிக்கு மாற்றலாகி, அதன் பின் சென்னைக்கு வந்தவர். ஓவியர் ஸ்ரீநிவாசுலுவிடம் பயிற்சி பெற்று 1956இல் சென்னை ஓவியப் பள்ளியில் தன்னை இணைத்துக்கொண்டு 1960இல் பட்டயம் பெற்றார். 1964இல் பெசன்ட் உயர்நிலைப் பள்ளியில் ஓவிய ஆசிரியராகப் பணியேற்றார். 1970ஆம் ஆண்டிலிருந்து யூகோ வங்கிக்காகப் புதுச்சேரியிலும், சென்னையிலும் பணியாற்றினார். தொடர்ந்து ஓவியம், எழுத்து என இயங்குபவர்.

இவருடைய 'அறையை வீடாக்கும் சுவர்களும் சுவர்களின் மீதேறிய ஓவியங்களும்' என்ற தன்வரலாற்று நூல் வெளி வந்துள்ளது. 'இந்திய மண்ணின் ஓவிய நிகழ்வுகள்', '20ஆம் நூற்றாண்டில் ஓவிய நிகழ்வுகள்', 'சித்ரசூத்ரம் ஓவிய இலக்கணம்' (மொழிபெயர்ப்பு) ஆகிய நூல்களும் வெளிவந்துள்ளன. '20ஆம் நூற்றாண்டின் இந்திய ஓவியர் சிலர்', 'இந்தியாவில் மதங்களால் வளர்ந்த ஓவிய சிற்ப ஆலயக் கட்டடக் கலைகள்', 'ஐரோப்பியக் கலை வரலாறு' ('இடைக்காலமும் மறுமலர்ச்சிக் காலமும்') ஆகிய நூல்கள் வெளிவர இருக்கின்றன.

கன்னியப்பன் சிவானந்தாச்சாரி (1932–2007)

சென்னை கலைத்தொழில் கல்லூரியில் பயின்றவர். இவருடைய தாத்தா, சிற்றப்பா ஆகியோர் இதே கல்லூரியில் பணியாற்றியவர்கள். அவர்களைத் தொடர்ந்து இவரும் மூன்றாம் தலைமுறையாக இருபது ஆண்டுகளுக்கும் மேலாய் ஆசிரியப் பணியாற்றியிருக்கிறார். தனபாலைத் தன் முன்னோடியாகக் கொண்டு சிற்பத் துறையில் இயங்கியவர். சோழமண்டலம் கலைக் கிராமத்தின் நிறுவன உறுப்பினர்களுள் ஒருவர். நுண்கலைக் குழு உறுப்பினராகவும் பங்காற்றியவர். தனது கலைப் படைப்புகளுக்காக இந்திய அளவிலும் உலக அளவிலும் கவனம் பெற்றவர்.

விக்ஷவம்

புனைபெயரில் எழுதியவர். இவர் பற்றிய குறிப்பை அறிய இயலவில்லை. (விக்ஷவம் என்றுதான் இவர் பெயர் பிரக்ஞை இதழில் குறிப்பிடப்பட்டிருக்கிறது.)

எம். ஜெயக்குமார் (1951)

வடசென்னையில் பிறந்தவர். கலைத்தொழில் கல்லூரியில் கமர்ஷியல் ஆர்ட் பிரிவில் பயின்றார். இவருடைய தந்தை புகழ் பெற்ற திரைப்பட நிறுவனமான விஜயா வாகினியோடு நெருங்கிய தொடர்பில் இருந்தவர். நாகிரெட்டியாரோடு நெருங்கிப் பழகியவர். அடிப்படையில் ஓவியம் பயின்றாலும் புகைப்படம், திரைப்படத் துறைகளில் விரும்பித் தன்னை இணைத்துக்கொண்டார். மத்திய அரசின் மீன்வளத் துறையில் ஓவியராகவும் புகைப்படக் கலைஞராகவும் பணியாற்றினார். திரைப்படக் கலை இயக்குநராக மத்திய, மாநில அரசுகளின் விருதுகளைப் பெற்றவர். பிரிட்டிஷ் கவுன்சிலின் அழைப்பில் நிதிநல்கையுடன் பிரிட்டனுக்குப் படிக்கச் சென்ற ஓவிய ஆளுமைகளில் ஒருவர். இன்றுவரையிலும் தொடர்ந்து ஓவியம் வரைவதில் முனைப்புடன் இருப்பவர்.

மணியம் செல்வன் (1950)

சென்னையில் பிறந்தவர். சென்னை கலைத்தொழில் கல்லூரியில் பயின்று தங்கப் பதக்கம் பெற்றவர். நீர் வண்ண ஓவியங்களில் சிறந்து விளங்குபவர். ஐம்பதாண்டுகளுக்கும் மேலாகப் பல முன்னணி இதழ்களில் இவருடைய ஓவியங்கள் வெளியாகியுள்ளன. இவர் புகழ்பெற்ற ஓவியர் மணியத்தின் புதல்வர். கதைகளுக்கும் முப்பரிமாண அசையும் படங்களுக்கும் ஓவியம் வரைந்துள்ளார். தமிழ்நாடு அரசு, இந்திய அரசுகளின் பரப்புரைத் திட்டங்களுக்கு ஓவியராகவும் உடை வடிவமைப்பாளராகவும் பணியாற்றியுள்ளார். ஓவியப் பணிக்காக இந்திய நடுவண் அரசின் என்.சி.ஈ.ஆர்.டி. விருது பெற்றுள்ளார்.

சந்திரசேகரன் குருசாமி (1951)

விருதுநகரில் பிறந்தவர். சந்ரு என்று அழைக்கப்படும் இவர் கவிஞர், ஓவியர், எழுத்தாளர், சிற்பி எனப் பன்முகம் கொண்டவர். சென்னை கவின்கலைக் கல்லூரியில் படித்து, அதே கல்லூரியில் ஆசிரியராகப் பணிபுரிந்தார். பின்னாளில் கல்லூரி முதல்வராகப் பொறுப்பேற்றுப் பணி ஓய்வு பெற்றார். திரைப்பட எடிட்டர் பி. லெனினுடன் இணைந்து 2015இல் திருநெல்வேலியில் ஓவியப் பயிற்சிக் கல்லூரியைத் தொடங்கினார். இக்கல்லூரி நெல்லை மனோன்மணியம் சுந்தரனார் பல்கலைக்கழகத்துடன் இணைந்து செயல்படும் வகையில் உருவாக்கப்பட்டது. தற்போது தமிழின் முக்கிய ஆளுமைகளுக்குச் சிற்பம் வடிக்கும் முயற்சியில் உள்ளார்.

வா.சி.த. அருளரசன் (1966)

சென்னையில் பிறந்தவர். கவின்கலைக் கல்லூரியில் பயின்றவர். தஞ்சைப் பல்கலைக்கழகத்தில் ஆய்வியல் நிறைஞர்

பட்டம் பெற்றவர். கலைப் பள்ளி ஆசிரியராகப் பணியாற்றி, தற்போது கும்பகோணம் கவின்கலைக் கல்லூரியின் முதல்வராகப் பொறுப்பு வகிக்கிறார். இந்திய அளவிலும் உலக அளவிலும் நிகழ்ந்த ஓவியக் கண்காட்சிகளில் தனது படைப்புகளைக் காட்சிப்படுத்தியவர்.

வெ. நீலகண்டன் (1978)

பேராவூரணி அருகிலுள்ள முடச்சிக்காட்டில் பிறந்தவர். பணி நிமித்தமாகச் சென்னையில் வசிக்கிறார். இருபது ஆண்டுகளுக்கும் மேல் இதழியல் துறையில் பணியாற்றுகிறார். கலை, இசை, பண்பாடு, உணவு, இலக்கியம், பழங்குடி வாழ்க்கை சார்ந்து தொடர்ந்து எழுதிவருகிறார். களத்திற்கு நேராகச் சென்று மனிதர்களைச் சந்திப்பதில் அலாதி விருப்பம் உள்ளவர். இதுவரை இருபத்தைந்து நூல்கள் வெளியீடு கண்டுள்ளன. தினமணி, தினகரன், குங்குமம் இதழ்களில் பணியாற்றியுள்ள இவர் தற்போது ஆனந்த விகடனின் துணை நிர்வாக ஆசிரியராக உள்ளார்.

மோனிகா

பள்ளிப் பருவத்தில் ஓவிய ஆசிரியையான தனது அன்னையின் ஓவியங்களின்பால் ஈர்க்கப்பட்டு ஓவியம் வரையத் தொடங்கியவர். பின்னர் ஓவியர் அல்ஃபோன்ஸோவின் வழி நடத்தலின்பேரில் நவீன ஓவியங்கள் வரையத் தொடங்கினார். சென்னை ஓவிய நுண்கலைக் கல்லூரியில் வண்ணக்கலை பிரிவில் இளங்கலை பட்டம் பெற்றார், பரோடா மகாராஜா சாயாஜி ராவ் கல்லூரியில் கலை வரலாற்றில் முதுகலைப் பட்டமும், மதுரை காமராஜர் பல்கலையில் முனைவர் பட்டமும் பெற்றுள்ளார். நியூயார்க் நகரின் மன் ஹாட்டன் கிராஃபிக் சென்டரில் அச்சுக் கலையும் பயின்றுள்ளார்.

அமெரிக்கா உட்பட்ட பல்வேறு நாடுகளில் ஓவியக் கண்காட்சி நிகழ்த்தியுள்ள இவர் ஓவியம் குறித்த கட்டுரைகள், விமர்சனங்கள் தவிர கவிதைகளும் சிறுகதைகளும் எழுதி வருகிறார். தற்போது கோவை அவினாசிலிங்கம் மனையியல்-மகளிர் உயர்கல்விப் பல்கலைக்கழகத்தின் காட்சிப்புலத் துறையில் முதன்மையராகப் பணியாற்றுகிறார்.

முரளிதரன் கிருஷ்ணமூர்த்தி (1954)

சென்னையில் பிறந்தவர். திருவல்லிக்கேணியில் பள்ளிப் படிப்பை முடித்தார். பின்னர் கவின்கலைக் கல்லூரியில் பயின்ற இவர் முழுநேர ஓவியராக இருக்கிறார்.

ஓவியர்களுக்கான இந்திய அரசின் நல்கையை 1984, 1988இல் பெற்றவர். ஸ்காட்லாந்து அரசின் குடிமை உதவித்தொகையுடன் கூடிய அழைப்பை ஏற்று 1989இல் ஆறு மாத காலம் அங்கு

சென்று தங்கி ஓவியப் பணியை மேற்கொண்டவர். ஸ்காட்லாந்து கலைக் கல்லூரியின் அழைப்பை ஏற்று 1993இல் சார்லஸ் வேலஸ் நல்கையைப் பெற்றவர். ஐரோப்பிய, ஆசிய நாடுகளின் பல ஓவிய முகாம்களில் பங்கேற்றவர். தேசிய விருது, ஒடிசா லலித்கலா விருது, தமிழ்நாடு மாநில அகாடமி விருதுகளைப் பெற்றவர். பல மதிப்புமிக்க இடங்களை இவருடைய ஓவியங்கள் அலங்கரிக்கின்றன.

பயணம் செய்வதில் அலாதி விருப்பம் உள்ளவர். கல்கத்தாவில் பல்லாண்டு காலம் வாழ்ந்தவர். இப்போது சென்னையில் வசிக்கிறார்.

நரேந்திர பாபு (1961)

சென்னையில் பிறந்தவர். கவின்கலைக் கல்லூரியில் ஓவியத் துறையில் இளநிலை, முதுநிலைப் பட்டயப் படிப்புகளை முடித்தவர். மத்திய நெசவாளர் மையத்தில் பணியாற்றி ஓய்வு பெற்றவர். மாநில இளம் கலைஞர் விருது, தேசிய அகாடமி விருது, ஆந்திர அகாடமி கலை விருது, தமிழ்நாடு ஓவிய நுண்கலைக் குழு விருது, இந்திய பன்னாட்டு விமானச் சேவைகள் குழும விருது உட்பட பல்வேறு அங்கீகாரங்கள் பெற்றவர். இப்போது காஞ்சிபுரத்திலும் சென்னை அனகாபுத்தூரிலும் மாறிமாறி வசிக்கிறார்.

விஜயவேலு (1954)

எழும்பூரில் பிறந்தவர். சென்னை கவின்கலைக் கல்லூரியில் பயின்றவர். சென்னை லலித் கலா அகாடமியின் சிற்பப் பயிலரங்க மேற்பார்வையாளராக முப்பது ஆண்டுகளுக்கும் மேலாகப் பணியாற்றியவர். தனபாலைத் தன் முன்னோடியாகக் கொண்டவர். கவின்கலைக் கல்லூரி, கலாக்ஷேத்ரா கல்லூரியின் சிற்பத் துறைத் தேர்வுகளுக்கு வெளிப்புறத் தேர்வு ஆய்வாளராகப் பணியாற்றியவர்.

தமிழ்நாடு நுண்கலைக் குழு, லலித் கலா அகாடமி, மத்திய – மாநில அரசின் விருதுகளைப் பெற்றவர்.

அபராஜிதன் ஆதிமூலம்

சென்னையில் பிறந்தவர். கவின்கலையைச் சென்னை ஓவியக் கல்லூரியிலும் பரோடாவிலும் பயின்றவர். லலித் கலா அகாடமி விருதினை 1998இல் பெற்றவர். மத்திய கலாச்சாரத் துறையின் இளம் ஆய்வாளருக்கான நல்கையை 2002இல் பெற்றவர். சென்னை கிறித்துவக் கல்லூரி, NIFT, கலாக்ஷேத்ரா உள்ளிட்ட பல கல்வி நிறுவனங்களில் வருகைதரு கலை ஆசிரியராகப் பணியாற்றுகிறார். சக ஓவியக் கலைஞர்களுடன் இணைந்தும், தனிநபராகவும் பல்வேறு ஓவியக் கண்காட்சிகளில் தன் படைப்புகளைக் காட்சிப்படுத்தியவர். கே.எம். ஆதிமூலம் அறக்கட்டளையின் நிறுவனர். ஓவியர் ஆதிமூலத்தின் இளைய மகன்.

காலச்சுவடு பப்ளிகேஷன்ஸ் (பி) லிட்.
Published by Kalachuvadu Publications Pvt. Ltd.,
669 K.P. Road, Nagercoil 629001, India
Phone: 91-4652-278525
e-mail: publications@kalachuvadu.com

08/2022/S.No. 1078, kcp 3734, 18.6 (2) uss